यू.जी.सी.च्या पॅटर्ननुसार ...
पुण्यश्लोक अहिल्यादेवी होळकर सोलापूर विद्यापीठाच्या बी.ए. भाग -1, सेमिस्टर - 2 च्या नवीन अभ्यासक्रमावर आधारित व महाराष्ट्रातील विविध विद्यापीठांच्या विद्यार्थ्यांसाठी, सेट-नेट तसेच विविध स्पर्धा परीक्षांसाठी उपयुक्त !

# मानवी भूगोल

## Human Geography

### पेपर क्र. 2

**बी.ए. भाग 1 ❁ सेमिस्टर 2**


**लेखक**

**डॉ. एस. एस. मस्के**
एम.ए., बी.एड., पीएच.डी. सेट (भूगोल)
एम.ए. (अर्थशास्त्र, राज्यशास्त्र, विषय संप्रेषण)
सहयोगी प्राध्यापक, भूगोल विभाग
संगमेश्वर कॉलेज, सोलापूर

**डॉ. बी. बी. राऊत**
एम.ए., बी.एड., एम. फिल, पीएच.डी. सेट-नेट, जे.आर.एफ. (भूगोल), एम.ए. (इतिहास, विषय संप्रेषण), जी.डी. सी. अँड ए.,
सहयोगी प्राध्यापक भूगोल विभाग
वसुंधरा कला महाविद्यालय, सोलापूर

**डॉ. डी. एस. हरवाळकर**
एम.ए. बी.एड., एम.फिल, पीएच.डी., नेट
साहाय्यक प्राध्यापक, भूगोल विभाग
माऊली महाविद्यालय, वडाळा,
ता. उ. सोलापूर, सोलापूर




NIRALI PRAKASHAN
ADVANCEMENT OF KNOWLEDGE

N3196

**मानवी भूगोल** **ISBN- 978-93-89825-40-4**

**प्रथम आवृत्ती : जानेवारी २०२०**



**प्रकाशक** (Poly Plates)

**निराली प्रकाशन**

अभ्युदय प्रगती, १३१२, शिवाजीनगर,
जंगली महाराज रोड, पुणे ४११ ००५.
फोन : (०२०) २५५१ २३३६/३७/३९
फॅक्स : (०२०) २५५१ १३७९.
Email : niralipune@pragationline.com

## पुस्तक मिळण्याचे ठिकाण

**प्रगती बुक सेंटर : पुणे :** Email : pbcpune@pragationline.com

- १५७, बुधवार पेठ, रतन टॉकिजसमोर, पुणे २. मो. ९६५७७०३१४८
- ६७६/ब, बुधवार पेठ, जोगेश्वरी मंदिरासमोर, पुणे २. मो. ९६५७७०३१४७
- २८/अ, बुधवार पेठ, अंबर चेंबर, अप्पा बळवंत चौक, पुणे २. ☎ (०२०) ६६२८ १६६९ मो. ९६५७७०३१४२/९६५७७०३१४९
- १५२, बुधवार पेठ, जोगेश्वरी मंदिराशेजारी, पुणे २. ☎ ८०८७८८१७९५

**प्रगती बुक कॉर्नर : मुंबई :** Email : pbcmumbai@pragationline.com

- इंदिरा निवास, शारदाश्रम हायस्कूलजवळ, १११/अ, भवानी शंकर रोड, दादर (पश्चिम), मुंबई २८. ☎ (०२२) २४२२३५२६/६६६२५२५४

## प्रमुख वितरण केंद्रे

**निराली प्रकाशन : पुणे**

- ११९, बुधवार पेठ, जोगेश्वरी मंदिर मार्ग, पुणे ४११ ००२. ☎ (०२०) २४४५ २०४४ मो. ९६५७७०३१४५ फॅक्स : (०२०) २४४५. Email : niralilocal@pragationline.com

**निराली प्रकाशन : धायरी (पुणे)**

- सर्वे नं. २८/२७ धायरी-कात्रज रोड, पारी कंपनीजवळ, पुणे ४११ ०४१. ☎ (०२०) २४६९ ०२०४ मो. ९६५७७०३१४३ Email : bookorder@pragationline.com

**मुंबई**

- ३८५, एस.व्ही.पी. मार्ग, रसधारा को. ऑप. हाउसिंग सोसायटी लि., गिरगाव, मुंबई ४०० ००४. ☎ (०२२) २३८५ ६३३९/२३८६ ९९७६ फॅक्स : (०२२) २३८६ ९९७६. मो. ९३२०१२९५८७ Email : niralimumbai@pragationline.com

## वितरक शाखा

**निराली प्रकाशन :**

- ३४, व्ही. व्ही. गोलानी मार्केट, नवी पेठ, जळगाव ४२५ ००१. ☎ (०२५७) २२२ ०३९५. मो. ९४२३४९१८६० Email : niralijalgaon@pragationline.com
- न्यू महाद्वार रोड, केदार लिंग प्लाझा, पहिला मजला, आय. डी. बी. आय. बँकेसमोर, कोल्हापूर ४१६ ०१२. मो. ९८५० ०४६ १५५ Email : niralikolhapur@pragationline.com
- लोकरत्न कमर्शियल कॉम्प्लेक्स, दुकान नं. ३, सीताबर्डी, नागपूर ४४० ०१२. ☎ (०७१२) २५४७ १२९. Email : niralinagpur@pragationline.com



**इतर शाखा : दिल्ली, बंगळुरू, हैदराबाद, चेन्नई**

• www.pragationline.com

# मनोगत

यू.जी.सी. च्या सुधारित अभ्यासक्रमाला अनुसरून पुण्यश्लोक अहिल्यादेवी होळकर सोलापूर विद्यापीठ, सोलापूर भूगोल विषयाच्या बी.ए. भाग-1, सत्र-2 च्या नवीन अभ्यासक्रमाला अनुसरून विद्यार्थी, प्राध्यापक तसेच भूगोल संशोधकांना हा संदर्भ ग्रंथ उपयुक्त ठरेल अशी आम्हास आशा आहे.

क्रमिक पुस्तकांच्या निकषानुसार या पुस्तकाचे लेखन करण्याचा आम्ही प्रयत्न केलेला आहे. मानवी भूगोलाचे आकलन सुलभ व्हावे म्हणून प्रत्येक विभागाचे सुबोध, सूत्रबद्ध विवेचन, नव्या संकल्पना, सिद्धान्त, विविध आकृत्या व नव्या संज्ञा सदर पुस्तकात सोप्या भाषेत मांडण्याचा प्रयत्न केला आहे.

हे पुस्तक लिहिताना अनेक संदर्भ ग्रंथ, मासिके, नियतकालिके, स्पर्धा परीक्षांची पुस्तके, इंटरनेट इत्यादींचा आधार घेऊन माहिती अद्ययावत देण्याचा प्रयत्न केलेला आहे. पुस्तकाच्या शेवटी संदर्भ ग्रंथांची यादी दिलेली आहे. त्या सर्व लेखकांचे आम्ही आभारी आहोत.

पुस्तकाचे लेखन करताना शक्यतो सोप्या शब्दांत मराठी आणि इंग्रजी या दोन्हींही माध्यमांचा वापर केलेला आहे. त्यासाठी अनेक मित्र आणि सहकारी प्राध्यापकांचे सहकार्य लाभले. त्यामध्ये माजी प्राचार्य के. एम. जमादार, प्राचार्य डॉ. बी. एम. भांजे, प्राचार्य डॉ. आर. आर. पाटील, प्राचार्य डॉ. बी. आर. फुले, प्राचार्य डॉ. एस. जे. आवटे, डॉ. टी. एन. लोखंडे, डॉ. एस. सी. आडवीतोट, डॉ. एन. जी. शिंदे, डॉ. ए. एच. ननवरे, डॉ. एस. एन. शिंदे, डॉ. एस. एम.मुलाणी यांचे प्रोत्साहनपर मार्गदर्शन अत्यंत उपयुक्त ठरले. त्याबद्दल त्यांच्याप्रति कृतज्ञता व्यक्त करीत आहोत. तसेच डॉ. आर. जे. मोहोरकर, प्रा. एस. टी. शेळके, डॉ. टी.व्ही. शिंदे, डॉ. पी. पी. उबाळे, डॉ. आर.ए. फुले, डॉ. बी.टी.निकम, प्रा. केमदारणे, डॉ. व्ही. के. पुकाळे, डॉ. एन. आय. धायगोडे, डॉ. अरविंद दळवी, डॉ. सुभाष गायकवाड,

डॉ. एच. बी. तिपे, डॉ. संतोष गुजर, प्रा. डी. एस. गायकवाड, डॉ. एस. ए. राजगुरू, डॉ. व्ही. पी. काळे, प्रा. संतोष कांबळे, डॉ. विलास गुंड, प्रा. संतोष माने, डॉ. झेड. ए. नायब यांचे सहकार्य लाभले.

निराली प्रकाशन, पुणे या प्रकाशन संस्थेचे **श्री. दिनेशभाई फुरिया** व **श्री. जिग्नेशभाई फुरिया** यांनी आम्हाला पुस्तक लेखनाची संधी दिली याबद्दल आम्ही त्यांचे मनःपूर्वक आभारी आहोत.

**श्री. रवींद्र वाळोदरे** यांनी आकर्षक मुखपृष्ठ तयार केले. **श्री. दामोदरप्रसाद गौड** यांनी पुस्तकाची आकर्षक छपाई केली त्याबद्दल सर्वांचे मनःपूर्वक आभार !

सदर पुस्तकात काही उणिवा वा त्रुटी आढळल्यास त्या प्राध्यापक बंधू व विद्यार्थी मित्रांनी जरूर कळवाव्यात म्हणजे पुढील आवृत्तीत त्यांची दुरुस्ती करता येईल. या संयुक्त उपक्रमाचे आमचे प्राध्यापक बंधू व विद्यार्थी मित्र स्वागत करतील असा विश्वास वाटतो.

**धन्यवाद !**

**- डॉ. एस. एम. मस्के**

**- डॉ. बी. बी. राऊत**

**- डॉ. डी. एस. हरवाळकर**

# Syllabus

***PUNYASHOK AHILYADEVI HOLKAR SOLAPUR UNIVERSITY, SOLAPUR***

**Revised Syllabus for B.A. I (Geography)**
**(Implemented from June, 2019 (onwards)**

**Human Geography**
**Semester II : Paper II**

---

## 1 : Introduction to Human Geography

1.1 Meaning and Definition
1.2 Nature and Scope
1.3 Branches of Human Geography
1.4 Importance of Human Geography

## 2 : Human Race

2.1 Definition and Concept
2.2 Basis of Racial Classification
2.3 Racial Classification of Griffith Taylor
2.4 Religious and Language Groups in the World

## 3 : Population

3.1 Growth of Population
3.2 Factors Affecting the Distribution of the World Population
3.3 Distribution of the World Population
3.4 Demographic Transition Theory
3.5 Age and Sex Composition

## 4 : Human Settlements

4.1 Rural Settlements : Types, Pattern and Functions
4.2 Urban Settlements : Functional Classification
4.3 Urbanization and World Trend of Urbanization
4.4 Problems of Urban Settlement

***

# अनुक्रमणिका



✲ ✲ ✲

प्रकरण

1

# मानवी भूगोल : ओळख

## (Human Geography : Introduction)

### महत्त्वाचे मुद्दे

**1.1 मानवी भूगोल**

1.1.1 मानवी भूगोलाच्या व्याख्या

1.1.2 मानवी भूगोलाचे स्वरूप

1.1.3 मानवी भूगोलाची व्याप्ती

**1.2 मानवी भूगोलाच्या शाखा**

**1.3 मानवी भूगोलाचे महत्त्व**

---

ग्रीक विचारवंत इरॅटोस्थेनिस यांनी 'Geography' हा शब्द इ.स. पूर्व तिसऱ्या शतकात सर्वप्रथम वापरला. 'Geography' हा शब्द ग्रीक भाषेतील 'Geo' आणि 'Graphia' या दोन शब्दांपासून तयार झालेला आहे. यामधील 'Geo' म्हणजे 'Earth' (पृथ्वी) आणि 'Graphia' म्हणजे 'Description' (वर्णन) यावरून 'भूगोल म्हणजे पृथ्वीचे वर्णन होय.' भूगोलाच्या प्राकृतिक भूगोल आणि मानवी भूगोल या दोन मुख्य शाखा आहेत.

प्राकृतिक भूगोलात नैसर्गिक घटकांचा अभ्यास केला जातो तर मानवी भूगोलामध्ये मानव व त्याच्या सभोवतालच्या परिसराचा अभ्यास केला जातो.

मानवी भूगोल ही भूगोलाची एक आधुनिक शाखा मानली जाते. डार्विनने 1859 मध्ये लिहिलेल्या 'ओरिजन ऑफ स्पेसिज' (जीवोत्पत्तीची उत्क्रांती) या ग्रंथानंतर मानवी भूगोलाच्या विकासास सुरुवात झाली. 19 व्या शतकात खऱ्या अर्थाने मानवी भूगोलाच्या विकासाला चालना मिळाली. जर्मन भूगोलतज्ज्ञ फ्रेडरिक रॅटझेल यांनी 1882 मध्ये 'Anthropogeography हा ग्रंथ प्रकाशित केला. या ग्रंथात मानवी भूगोलाच्या अभ्यासाचा समावेश आहे. त्यामुळेच फ्रेडरिक रॅटझेल यांना मानवी भूगोलाचे जनक मानले जाते. फ्रेडरिक रॅटझेलप्रमाणेच व्हिदॉल-द-ला-ब्लाश, जीन ब्रून्स, डिमॉन्जिया, कु. सेम्पल, एल्सवर्थ हंटिंग्टन, कार्ल साऊर, डिकेन व पिटस्, व्हाईट व रेनर इत्यादी भूगोलतज्ज्ञांनी मानवी भूगोलाच्या ज्ञानात महत्त्वपूर्ण भर टाकली.

# 1.1 मानवी भूगोल
# (Human Geography)

## 1.1.1 मानवी भूगोलाच्या व्याख्या
## (Definition of Human Geography)

निरनिराळ्या मानवी भूगोलतज्ज्ञांनी मानवी भूगोलाच्या वेगवेगळ्या व्याख्या केलेल्या आहेत. त्या पुढीलप्रमाणे -

* ''मानवी जीवनावर परिणाम करणाऱ्या पर्यावरणाच्या घटकांचा अभ्यास करणारे शास्त्र म्हणजे मानवी भूगोल होय.'' **- फ्रेडरिक रॅटझेल**

  "Human Geography is the science of studying Environmental Factors which affecting on human life."

* ''अस्थिर पृथ्वी व क्रियाशील मानव यांच्यातील बदलत्या परस्परसंबंधाचा अभ्यास म्हणजे मानवी भूगोल होय.''

  **- कु. सेम्पल (1911, Influence of Geographic Environment)**

  "Human Geography is the study of changing relationship between unresting man and unstable earth."

* ''मानवी क्रिया व गुणवैशिष्ट्ये यांच्या भौगोलिक पर्यावरणाशी असलेल्या संबंधांचा अभ्यास करणारे शास्त्र म्हणजे मानवी भूगोल होय.''

  **- एल्सवर्थ हंटिंग्टन (1920, The Principles of Human Geography)**

"Human Geography may be defined as the study of the relationship of Geographical Environment to human activities and qualities."

* ''नैसर्गिक नियम आणि मानवाच्या परस्परसंबंधातून एक नवीन विचार गांठणारे शास्त्र म्हणजे मानवी भूगोल होय.''

**- व्हिदॉल-द-ला-ब्लाश (1927, Principles of Human Geography)**

"Human Geography offers a new conception of the interrelationship between physical laws of earth and human being."

* ''मानवी भूगोल म्हणजे प्राकृतिक घटक व मानवी क्रियांच्या संबंधांचा अभ्यास होय.'' **- जीन ब्रून्स**

"Human Geography is the study of relationship between physical factors and human activities."

* ''मानवी भूगोल हे मानवी समूह व समाज यांचे नैसर्गिक पर्यावरणाशी असणाऱ्या संबंधांचा अभ्यास करणारे शास्त्र होय.'' **- डिमॉन्जिया**

"Human Geography is the study of relationship of Human Groups and Society with Physical environment."

* ''मानव व पर्यावरणाशी संबंधित समस्या यांचा अभ्यास म्हणजे मानवी भूगोल होय.'' **- जे. एच. जी. लेबॉन**

"Human Geography is the study of issues related to man and environment."

* ''मानवी भूगोलात पृथ्वीच्या भूपृष्ठाला अनुसरून मानवी समाजाचे अध्ययन केले जाते.'' **- व्हाईट व रेनर**

"Human Geography is the study of Human Society associated with surface of the earth."

* ''मानवी भूगोल हा मानव व त्यांच्या कार्यांचा अभ्यास आहे.''

**- डिकेन व पिट्स (1952, Introduction to Human Geography)**

"Human Geography is the study of human being and his activities."

वरील व्याख्यांवरून मानवी भूगोल म्हणजे मानव व पर्यावरण यांच्यातील बदलत्या परस्परसंबंधांचा अभ्यास होय.

## 1.1.2 मानवी भूगोलाचे स्वरूप (Nature of Human Geography)

मानवी भूगोल ही भूगोलाची एक महत्त्वाची शाखा असून या शाखेच्या निर्मितीपासून आजतागायत अध्ययनविषय व पद्धतींचा समावेश वाढत असल्याने त्याचे स्वरूप स्थलकालपरत्वे बदलत आहे.

(1) **एकात्मिक स्वरूप** (Integrative Nature) : भूतलावरील जैविक व अजैविक घटक परस्परांशी संबंधित आहेत. त्यामुळे ते एकमेकांपासून वेगळे करता येत नाहीत. जसा भूपृष्ठाचा परिणाम हवामानावर, हवामानाचा परिणाम वनस्पती व प्राणी या जैविक घटकांवर होतो तसा जैविक घटकांचा परिणाम मानवाच्या आर्थिक व सामाजिक जीवनावर होतो. त्यामुळे मानवी भूगोलास एकात्मिक स्वरूप प्राप्त झाले आहे.

(2) **परिवर्तनशील स्वरूप** : मानवी भूगोलात मानव व निसर्ग यांच्या परस्परसंबंधांचा अभ्यास केला जातो. या संबंधांचे स्वरूप परिवर्तनशील आहे. मानवाच्या स्थलकालपरत्वे गरजा, आवडीनिवडी, चालीरीती, व्यवसाय, कपडेलत्ते, वर्तन, सवयी, भाषा, संस्कृती आणि एकूणच जीवन जगण्याच्या पद्धतीत बदल होत आहेत. म्हणून मानवी भूगोलाचे स्वरूपही परिवर्तनशील बनले आहे.

(3) **वैज्ञानिक स्वरूप** (Scientific Nature) : मानवी भूगोलात कार्यकारण-भावात्मक संबंध स्पष्ट केला जातो. मानवी भूगोलात अभ्यासल्या जाणाऱ्या सर्व घटकांचा अभ्यास शास्त्रीय दृष्टिकोनातून केला जातो. म्हणजेच मानवाशी संबंधित घटना का व कशी घडते यामागील शास्त्रीय कारणांचा अभ्यास केला जातो म्हणून मानवी भूगोलाचे स्वरूप वैज्ञानिक बनले आहे.

(4) **आंतरविद्याशाखीय स्वरूप** (Interdeciplinary) : मानवी भूगोलाचा प्रत्यक्ष व अप्रत्यक्षरीत्या संबंध नैसर्गिक शास्त्रे व सामाजिक शास्त्राशी येतो. या नैसर्गिकशास्त्रामध्ये भूरूपशास्त्र, हवामानशास्त्र, मृदाशास्त्र, वनस्पतिशास्त्र, प्राणिशास्त्र, सागरशास्त्र, जलव्यवस्थापनशास्त्र, पर्यावरणशास्त्र इत्यादींचा समावेश होतो. तर सामाजिक शास्त्रात अर्थशास्त्र, मानववंशशास्त्र, राज्यशास्त्र, समाजशास्त्र, व्यवस्थापनशास्त्र, लोकसंख्याशास्त्र इत्यादींचा समावेश होतो. त्यामुळे मानवी भूगोलाचे स्वरूप आंतरविद्याशाखीय बनले आहे.

## 1.1.3 मानवी भूगोलाची व्याप्ती (Scope of Human Geography)

मानवी भूगोलाचे स्वरूप व अध्ययन पद्धती दिवसेंदिवस बदलत असल्यामुळे या विषयाची व्याप्ती व्यापक बनत चालली आहे. व्हिदॉल-द-ला-ब्लाश, एल्सवर्थ हंटिंग्टन फ्रींच व त्रिवार्था, जीन ब्रून्स, डिमॉन्जिया, व्हाईट व रेनर, परपिलीओ इत्यादी मानवी भूगोल

तज्ज्ञांनी मानवी भूगोलाची व्याप्ती मांडली आहे. या सर्वांनी मांडलेल्या व्याप्तीत खालील घटकांचा समावेश होतो.

**(1) मानव व प्राकृतिक संबंध :** मानवी भूगोलात प्राकृतिक घटक (भूरचना, हवामान, मृदा, जलप्रणाली, वनस्पती, प्राणी व खनिजे इत्यादी.) तसेच मानवी घटकात आहार, वस्त्र, निवारा, लोकसंख्या, भाषा, वंश, धर्म, जाती, चालीरीती, अर्थव्यवस्था इत्यादी घटकांचा समावेश होतो. या सर्व घटकांच्या परस्परसंबंधाचा अभ्यास मानवी भूगोलात होतो.

**(2) मानव जाती व जमाती :** भूतलावर अनेक मानव जाती व जमाती आपले जीवन व्यतीत करीत आहेत. उदा., बुशमेन, एस्किमो, पिग्मी, मसाई, नागा, गोंड, संथाळ, तोडा इत्यादी. या जमातींचा व बदलत्या आर्थिक व सामाजिक जीवनाचा अभ्यास मानवी भूगोलात केला जातो. सामाजिक जीवनामध्ये आहार, वस्त्र, निवारा, अलंकार, वस्ती, विवाह पद्धती, कुटुंबव्यवस्था, वंश, भाषा, मर्त्यता पद्धती इत्यादी. तसेच आर्थिक जीवनामध्ये विविध व्यवसायांचा समावेश होतो.

**(3) मानवी संस्कृती :** मानवी वंश, भाषा, धर्म ही संस्कृतीची प्रमुख अंगे आहेत. मानवी वंशामध्ये मानवी उत्क्रांती, मानवी वंशाच्या वर्गीकरणाचे आधार, मानवी वंशाचे वर्गीकरण व वितरण, जागतिक मानवी वंश इत्यादींचा समावेश होतो. तसेच भाषा, विविध भाषिक समूह, भाषिक वर्गीकरण व वितरण त्याचप्रमाणे विविध धर्म, धर्मांची ऐतिहासिक पार्श्वभूमी, जागतिक वर्गीकरण व वितरण, त्यांची गुणवैशिष्ट्ये इत्यादी सांस्कृतिक घटकांचा अभ्यास मानवी भूगोलात केला जातो.

**(4) लोकसंख्या :** मानवी भूगोलात लोकसंख्या, लोकसंख्येची वाढ व वितरण, लोकसंख्येची घनता, लोकसंख्येची रचना (वय संरचना, लिंग संरचना, वैवाहिक स्थिती, साक्षरता) लोकसंख्येचे स्थलांतर, प्रकार, कारणे व परिणाम, जननदर, मृत्युदर त्यांचे प्रकार, त्यावर परिणाम करणारे घटक, लोकसंख्येच्या संकल्पना (न्यूनतम, अतिरिक्त व पर्याप्त लोकसंख्या), लोकसंख्येचे सिद्धान्त व लोकसंख्येच्या समस्या व त्यावरील उपाय इत्यादींचा अभ्यास केला जातो.

**(5) मानवी व्यवसाय :** मानव आपल्या अन्न, वस्त्र व निवारा या मूलभूत गरजा पूर्ण करण्याकरिता वेगवेगळ्या प्रकारच्या आर्थिक क्रिया करतो. आर्थिक क्रियांचे प्राथमिक (शेती, पशुपालन, मासेमारी, शिकार, खाणकाम, वन्यपदार्थ संकलन) द्वितीयक (लघुउद्योग, कुटीरोद्योग, प्रक्रियात्मक उद्योग), तृतीय (वाहतूक, दळणवळण व व्यापार) आणि चतुर्थक (शिक्षण, आरोग्य, प्रशासन, तंत्रज्ञान इ. सेवा सुविधा) असे मानवी व्यवसायाचे वर्गीकरण केले जाते. या मानवी व्यवसायांचा अभ्यास मानवी भूगोलात केला जातो.

**(6) मानवी वसाहती :** मानवी भूगोलात मानवी वसाहत, त्याचे प्रकार, पद्धती, कार्य, वैशिष्ट्ये, मानवी वसाहतींवर परिणाम करणारे घटक, स्थान व स्थिती इत्यादी घटकांचा अभ्यास केला जातो.

थोडक्यात, मानवी भूगोल एक व्यापक शास्त्र असून मानवाच्या सर्वांगीण घटकांचा अभ्यास करणारे आहे.

## 1.2 मानवी भूगोलाच्या शाखा (Branches of Human Geography)

भूगोलाच्या सूक्ष्म अभ्यासासाठी आंतरराष्ट्रीय भूगोल संघटनेने भूगोलाच्या एकूण 87 शाखांना मान्यता दिली आहे. त्यांपैकी मानवी भूगोल ही एक प्रमुख शाखा असून त्याचे क्षेत्र विशाल बनले आहे. सर्वच गोष्टींचा अभ्यास एकत्र करणे अशक्य असल्यामुळे मानवी भूगोलाच्या पुढील शाखा केल्या जातात.

**(1) आर्थिक भूगोल (Economic Geography) :** आर्थिक भूगोल ही मानवी भूगोलाची एक महत्त्वपूर्ण शाखा आहे. या शाखेत मानवाच्या आर्थिक क्रियांचा (मानवी व्यवसाय) अभ्यास केला जातो. आर्थिक भूगोलाच्या पुढील उपशाखा केल्या जातात.

**(अ) साधनसंपत्ती भूगोल (Resource Geography) :** ही आर्थिक भूगोलाची एक महत्त्वपूर्ण शाखा मानली जाते. यामध्ये साधनसंपत्ती, तिचे वर्गीकरण, वितरण, महत्त्व व उपयोग, समस्या व संवर्धन इत्यादी घटकांचा अभ्यास केला जातो.

**(ब) कृषी भूगोल (Agricultural Geography) :** कृषी भूगोलात शेती, शेतीवर परिणाम करणारे प्राकृतिक, सामाजिक, सांस्कृतिक व आर्थिक घटक, शेतीचे प्रकार, शेतीची वैशिष्ट्ये, प्रादेशिक वितरण, शेतीतील विविध पिके, उत्पादन व वितरण, व्यापार, कृषी प्रदेश, कृषी धोरण, भूमी उपयोजन, शेतीच्या समस्या व त्यावरील उपाययोजना इत्यादी घटकांचा अभ्यास केला जातो.

**(क) औद्योगिक भूगोल (Industrial Geography) :** औद्योगिक भूगोलात विविध उद्योगधंदे, उद्योगधंद्याचे स्थानिकीकरण, स्थानिकीकरणावर परिणाम करणारे घटक, उद्योगधंद्याचे केंद्रीकरण व विकेंद्रीकरण, उद्योगधंद्याचे वर्गीकरण, उत्पादन व औद्योगिक पट्टे, व्यापार, औद्योगिक धोरण, उद्योगधंद्यांच्या समस्या व त्यावरील उपाययोजना इत्यादी घटकांचा अभ्यास केला जातो.

**(ड) व्यापारी भूगोल (Commercial Geography) :** व्यापारी भूगोलदेखील आर्थिक भूगोलाची एक महत्त्वपूर्ण शाखा आहे. या शाखेत व्यापार, व्यापारावर

परिणाम करणारे घटक, प्रकार, व्यापाराची दिशा, व्यापार वस्तूंची प्रादेशिक विविधता, जागतिक व्यापारी संघटना, व्यापाराच्या समस्या इत्यादी घटकांचा अभ्यास केला जातो.

**(इ) वाहतूक भूगोल (Transportation Geography)** : वाहतूक भूगोलात वाहतूक, वाहतुकीवर परिणाम करणारे घटक, वाहतुकीचे प्रकार (भू-वाहतूक, जलवाहतूक, हवाई वाहतूक) वाहतूक मार्गाची जाळी, त्याचे परस्परांशी साधलेले समायोजन, वाहतुकीचे महत्त्व, वाहतुकीची संलग्नता, वाहतुकीच्या समस्या इत्यादी घटकांचा अभ्यास केला जातो.

**(ई) विपणन भूगोल (Marketing Geography)** : विपणन भूगोलास बाजारपेठ भूगोल असेही म्हणतात. विपणन भूगोलात वस्तूंच्या उत्पादनानंतर गरजेनुसार वस्तू योग्य त्या ठिकाणी ग्राहकांपर्यंत पोहोचविल्या जातात. माल वितरणाच्या विविध मार्गांचा अभ्यास, माल वितरणाचे विविध प्रकार (ठोक, किरकोळ, सुपर बाजार, छोटी दुकाने) तसेच आठवडी बाजार, दैनिक बाजार, यात्रा इत्यादींची गुणवैशिष्ट्ये, बाजारपेठांच्या समस्या व नियोजन यांचा अभ्यास केला जातो.

**(उ) पर्यटन भूगोल (Tourism Geography)** : पर्यटन भूगोल ही एक आधुनिक शाखा आहे. या शाखेत पर्यटन, पर्यटक, पर्यटनावर परिणाम करणारे घटक, पर्यटन प्रकार, पर्यटन बाजारपेठा, पर्यटन संघटना, मार्गदर्शक, पर्यटनस्थळे व त्याचे महत्त्व, पर्यटन समस्या व नियोजन इत्यादी घटकांचा अभ्यास केला जातो.

**(2) सामाजिक भूगोल (Social Geography)** : सामाजिक भूगोलात मानवी समाजाचा अभ्यास केला जातो. मानव हा समाजप्रिय प्राणी आहे. मानवाची संपूर्ण जडणघडण समाजामध्ये होते. सामाजिक भूगोलाच्या खालीलप्रमाणे उपशाखा केल्या जातात.

**(अ) लोकसंख्या भूगोल (Population Geography)** : लोकसंख्या भूगोलात लोकसंख्या, तिची वाढ, घनता, वितरण, वय व लिंग संरचना, साक्षरता, स्थलांतर, व्यावसायिक संरचना, जन्मदर, मृत्युदर, लोकसंख्येच्या संकल्पना व सिद्धान्त, लोकसंख्या धोरण, लोकसंख्येच्या समस्या व उपाययोजना इत्यादी घटकांचा अभ्यास केला जातो.

**(ब) वसाहत भूगोल (Settlement Geography)** : या शाखेत वसाहत, वसाहतींचे प्रकार (ग्रामीण व नागरी वसाहत), वसाहतीवर परिणाम करणारे घटक, वसाहतीचे आकृतिबंध व प्रारूपे, वसाहतीची कार्ये व वैशिष्ट्ये, ग्रामीण-

नागरी पट्टा, प्रभावक्षेत्र, वसाहतीच्या समस्या व नियोजन इत्यादी घटकांचा अभ्यास केला जातो.

(क) **वैद्यकीय भूगोल (Medical Geography)** : ही एक नव्याने विकसित झालेली सामाजिक भूगोलाची एक महत्त्वाची शाखा आहे. या शाखेत मानवाचे आरोग्य, स्वास्थ्य, रोगाचे प्रकार, परिणाम व प्रतिबंधक उपाययोजना, उपलब्ध आरोग्य केंद्रे, हॉस्पिटल, आरोग्य संघटना, इत्यादी घटकांचा अभ्यास केला जातो. आरोग्य भूगोल ही वैद्यकीय भूगोलाची एक उपशाखा आहे.

(ड) **सांस्कृतिक भूगोल (Cultural Geography)** : सांस्कृतिक भूगोलात धर्म, वंश, भाषा, रूढी, परंपरा, मानवी वर्तन, विवाह पद्धती, कुटुंबव्यवस्था, इत्यादी घटकांचा अभ्यास केला जातो.

सांस्कृतिक भूगोलाच्या गुन्हेगारीविषयक भूगोल, वर्तणूकविषयक भूगोल, लैंगिक भूगोल, मानववंशशास्त्र भूगोल या उपशाखा केल्या जातात.

**(3) ऐतिहासिक भूगोल (Historical Geography)** : मॅकिंडर यांच्या मते, ''कालप्रवाहामध्ये मागे जाऊन भूतकाळातील भौगोलिक घटकांचा घेतलेला मागोवा म्हणजे ऐतिहासिक भूगोल होय.'' भूगोलाच्या रंगमंचावर इतिहासाचे नाटक खेळले जाते. कोणत्याही प्रदेशाच्या इतिहासात तेथील भौगोलिक परिस्थितीचा मोठा सहभाग असतो. पूर्वी बांधलेले किल्ले, गड, राजवाडे, राजधान्या निर्माण करत असताना सुरक्षितता हा घटक विचारात घेतला आहे. विविध ऐतिहासिक घटना भौगोलिक पार्श्वभूमीशी निगडित होत्या. आज ज्या भौगोलिक घटना घडतात त्या कालांतराने इतिहासात जमा होतात अशा घटनांचा अभ्यास ऐतिहासिक भूगोलामध्ये केला जातो.

**(4) राजकीय भूगोल (Political Geography)** : राजकीय भूगोलात राज्य, राष्ट्र, त्याच्या सीमा, सरहद्दी, त्याच्यातील कायदे, राजकीय धोरण, आंतरराष्ट्रीय संबंध, आंतरराष्ट्रीय व राष्ट्रीय राजकीय संघटना, प्रादेशिकवाद, राजनीती इत्यादी घटकांचा अभ्यास केला जातो. तसेच आंतरराष्ट्रीय समस्या, उपाययोजना, सागरी संघर्ष, राज्य विभाजन व कारणे, राजकीय क्षेत्र, राजकीय सिद्धान्त यांचाही अभ्यास केला जातो. लष्करी भूगोल (Military Geography) ही राजकीय भूगोलाची एक शाखा आहे.

# 1.3 मानवी भूगोलाचे महत्त्व
# (Importance of Human Geography)

गानवी भूगोल ही भूगोलाची एक महत्त्वपूर्ण शाखा असून त्याचे महत्त्व अनन्यसाधारण असे आहे. मानवी भूगोलाचे महत्त्व पुढीलप्रमाणे सांगता येईल.

(1) **मानवी व्यवसाय :** मानव व त्याचे व्यवसाय यांच्या सहसंबंधाचा अभ्यास मानवी भूगोलाच्या अभ्यासातून समजतो. मानवी व्यवसायाच्या समस्या सोडविण्यासाठी मानवी भूगोलाचा अभ्यास महत्त्वपूर्ण ठरतो.

(2) **सांस्कृतिक घटक :** मानवी भूगोलात मानवी वंश, धर्म, भाषा, जमाती इत्यादी सांस्कृतिक घटकांचा अभ्यास केला जातो. या सांस्कृतिक घटकांतून मानवाच्या सांस्कृतिक जीवनाचा परिचय होतो.

(3) **लोकसंख्या :** मानवी भूगोलात लोकसंख्यावाढ, वितरण, घनता, संरचना, स्थलांतर, समस्या, इत्यादींचा अभ्यास केला जातो. या घटकांवरून मानव संसाधन विकासाचे धोरण व लोकसंख्याविषयक धोरण ठरविण्यासाठी मानवी भूगोलाचा उपयोग होतो.

(4) **साधनसंपत्ती :** मानवी भूगोलात साधनसंपत्ती, प्रकार, उत्पादन व वितरण इत्यादींचा अभ्यास केला जातो. साधनसंपत्तीचे संवर्धन व जतन तसेच शाश्वत विकास करण्याकरिता मानवी भूगोलाचा अभ्यास पूरक ठरतो.

(5) **अर्थव्यवस्था :** राष्ट्राच्या अर्थव्यवस्थेच्या नियोजनाकरिता मानवी भूगोल महत्त्वाचा ठरतो. मानवी भूगोलाच्या अभ्यासातून आयात-निर्यातीची दिशा व धोरण ठरविता येते.

(6) **सामाजिक समस्यांच्या उपाययोजना :** मानवी भूगोलात विविध जाती-जमातींच्या जीवनाचा अभ्यास केला जातो. या अभ्यासावरून आदिवासी लोकांच्या समस्या समजून येतात. आदिवासींच्या विकासाच्या योजना आखणे व आदिवासींच्या समस्या सोडविण्यासाठी मानवी भूगोलाचा अभ्यास उपयुक्त ठरतो.

(7) **राजकीय :** राज्य, राष्ट्र, त्याच्या सीमा, सरहद्दी या बाबतीत ज्या समस्या आहेत त्या समस्या सोडविण्यासाठी मानवी भूगोलाचा अभ्यास उपयुक्त ठरतो.

(8) **मानवी कल्याण :** विविध मानवी कल्याणकारी योजना राबविणे व त्याची अंमलबजावणी करण्याकरिता मानवी भूगोलाच्या अभ्यासाचा उपयोग होतो.

## स्वाध्याय

### रिकाम्या जागी योग्य पर्याय लिहा.

1. ............... यांना मानवी भूगोलाचे जनक असे म्हणतात.

   (अ) ई. हंटिंग्टन (ब) जीन ब्रून्स

   (क) फ्रेडरिक रॅटझेल (ड) कार्ल रिटर

2. अँथ्रोपोजिओग्राफी (Anthropogeography) हा ग्रंथ ............ यांनी लिहिला.

   (अ) ई. हंटिंग्टन (ब) फ्रेडरिक रॅटझेल

   (क) जीन ब्रून्स (ड) कार्ल रिटर

3. Influence of Geographic Environment भौगोलिक पर्यावरणाचा प्रभाव हा ग्रंथ ............. यांनी लिहिला.

   (अ) फ्रेडरिक रॅटझेल (ब) कार्ल रिटर

   (क) अलेक्झांडर हुम्बोल्ट (ड) मिस सेम्पल

4. Principles of Human Geography मानवी भूगोलाची मूलतत्त्वे हा ग्रंथ ................ यांनी लिहिला.

   (अ) ब्लाश (ब) हुम्बोल्ट

   (क) कार्ल रिटर (ड) रॅटझेल

5. ............... भूगोल हा अस्थिर पृथ्वी व चंचल मानव यांच्या बदलत्या संबंधाचा अभ्यास होय.

   (अ) प्राकृतिक (ब) मानवी

   (क) राजकीय (ड) ऐतिहासिक

6. आर्थिक भूगोल ही .................. भूगोलाची शाखा आहे.

   (अ) प्राकृतिक (ब) मानवी

   (क) राजकीय (ड) ऐतिहासिक

7. ............... ही मानवी भूगोलाची उपशाखा आहे.

   (अ) हवामानशास्त्र (ब) भूरूपशास्त्र

   (क) सागरशास्त्र (ड) राजकीय भूगोल

8. ............... ही आर्थिक भूगोलाची उपशाखा आहे.

(अ) शेती भूगोल (ब) वसाहत भूगोल

(क) वैद्यकीय भूगोल (ड) राजकीय भूगोल

## खालील प्रश्नांची थोडक्यात उत्तरे लिहा.

1. मानवी भूगोलाची व्याख्या सांगा.
2. मानवी भूगोलाचे आंतरविद्याशाखीय स्वरूप सांगा.
3. आर्थिक भूगोल
4. सामाजिक भूगोल
5. मानवी भूगोलाचे महत्त्व सांगा.

## खालील प्रश्नांची सविस्तर उत्तरे लिहा.

1. मानवी भूगोल म्हणजे काय ते सांगून त्याचे स्वरूप व व्याप्ती स्पष्ट करा.
2. मानवी भूगोलाची व्याख्या सांगून मानवी भूगोलाच्या शाखा स्पष्ट करा.
3. मानवी भूगोलाच्या शाखा व महत्त्व स्पष्ट करा.

***

प्रकरण

# 2

# मानवी वंश
## (Human Race)

### महत्त्वाचे मुद्दे

**2.1 मानवी वंश : व्याख्या व संकल्पना**

**2.2 मानवी वंश वर्गीकरणाचे आधार किंवा निकष**

**2.3 ग्रिफिथ टेलरचे वांशिक वर्गीकरण**

**2.4 जगातील धार्मिक व भाषिक समूह**

2.4.1 धर्म

2.4.2 जागतिक भाषिक समूह

---

पृथ्वीवर पहिला मानव कधी व कोठे निर्माण झाला, याविषयी अद्याप निश्चित माहिती उपलब्ध नाही. काही मानवी भूगोलतज्ज्ञांच्या मते मानवाचा विकास टर्शरी कालखंडाच्या शेवटी (20 लाख वर्षांपूर्वी) झाला. जीवशास्त्रीयदृष्ट्या मानव माकडाचा वंशज आहे. डार्विनने मांडलेल्या जीवोत्पत्तीच्या (Origin of Species) सिद्धान्तानुसार त्यांच्यात परिवर्तने होत जाऊन आजचा मानव निर्माण झालेला आहे. काही तज्ज्ञांच्या मते मध्य आशिया हे मानवाचे उगमस्थान आहे. ग्रिफिथ टेलर, ग्रॅबो व ऑस्बॉर्नने मानवाचे उगमस्थान तिबेटला मानले. तसेच डार्ट, कीत व लिके यांच्या मतानुसार आदिमानवाचा विकास आफ्रिकेमध्ये झाला.

***मानवी वंश*** **(Human Race)**

पृथ्वीवर राहात असलेल्या मानवाच्या शरीररचनेत विविधता आढळते. मानवामध्ये त्वचेचा रंग, चेहरा, केसाचा प्रकार, डोळ्याचा रंग, नाकाचा आकार इत्यादी बाबतीत भिन्नता दिसून येते. या शारीरिक वैशिष्ट्यांमुळेच मानव हा एकमेकांपासून वेगळा दिसू लागला. यातूनच मानवी वंशाची कल्पना पुढे आली. अनेक शास्त्रज्ञांच्या मते वंश ही जीवशास्त्रीय संकल्पना आहे. जैविकदृष्ट्या वंश याचा अर्थ मानवाचा एक गट असा होतो. प्रत्येक मानवी गटाची विशिष्ट शारीरिक लक्षणे असतात. ही गुणवैशिष्ट्ये एका पिढीतून दुसऱ्या पिढीकडे आनुवंशिकतेने जात असतात.

## 2.1 मानवी वंश : व्याख्या व संकल्पना (Human Race : Definition and Concept)

***व्याख्या*** **(Definition of Human Race)**

मानवी वंशाच्या व्याख्या अनेक तज्ज्ञांनी केल्या आहेत. त्या पुढीलप्रमाणे :

* ''वंश ही जीवशास्त्रीय संकल्पना आहे. वंश म्हणजे आनुवंशिकतेच्या निकषावर संघटित होणारा समुदाय किंवा उपप्रकार होय.'' **– ए. के. क्रोबर**

  "A race is a valid biological concept. It is a group united by heridity, a breed or genetic stain or sub-species."

* ''एका पिढीकडून दुसऱ्या पिढीकडे हस्तांतरित होणाऱ्या विशिष्ट शारीरिक लक्षणांनी युक्त असा एक जीवशास्त्रीय समूह म्हणजे वंश होय.'' **– ई. ए. हॉबेल**

  "A race is biological in breed group possessing a distinctive combination of physical traits which tend to breed from generation to generation."

* ''वंश हा वांशिक गुण दर्शवितो, संस्कृती नाही.'' **– ग्रिफिथ टेलर**

  "Race denotes breed, not culture. "

* ''समान आनुवंशिक गुणवैशिष्ट्यांचा विशिष्ट संच प्रदर्शित करणारा माणसांचा एक नैसर्गिक गुण म्हणजेच वंश होय.'' **– एच. ई. वेलिस**

  "Race is a natural quality of human being denotes special bunch of equal, biological characteristics."

* "मानववंशाचे वर्गीकरण मानवी शरीराची आकृती, शारीरिक लक्षणे यांच्या आधारावर करण्यात येते." **- व्हिदॉल-द-ला-ब्लाश**

"We understand race to mean classification based on somatic characteristic, affecting either the morphology or the physiology of human body. "

* "काही निश्चित स्वरूपाचे मोजता येण्यासारखे एकाच प्रकारचे आनुवंशिक, शारीरिक गुणधर्म असलेल्या मानवी समूहास वंश असे म्हणतात."

**- मार्शल जोन्स**

वरील सर्व व्याख्यांवरून "निश्चित शारीरिक लक्षणे असणाऱ्या पिढ्यान्‌पिढ्या प्रजनन होऊन जैविकदृष्ट्या संकरित झालेले मानव गट म्हणजे मानवी वंश होय", अशी सर्वसमावेशक व्याख्या करता येते.

## 2.2 मानवी वंश वर्गीकरणाचे आधार किंवा निकष (Basic of Racial Classification)

वंश ही जीवशास्त्रीय संकल्पना असल्यामुळे वंशाचे वर्गीकरण काही निश्चित शारीरिक लक्षणांच्या आधारे करता येते. मानवी वंशाचे वर्गीकरण करण्यासाठी मानववंश शास्त्रज्ञांनी काही तत्त्वे ठरविली आहेत. या तत्त्वांनाच मानवी वंशाच्या वर्गीकरणाचे आधार किंवा मापदंड असे म्हणतात. मानवी वंश वर्गीकरणाचे निश्चित व अनिश्चित गुणवैशिष्ट्ये असे दोन भागात वर्गीकरण केले आहे.

**(1) निश्चित लक्षणे (Definite Traits) :** मानवाच्या ज्या शारीरिक लक्षणांचे मोजमाप करता येते त्यांना निश्चित लक्षणे असे म्हणतात. यामध्ये मानवाची उंची, रक्तगट, डोक्याचा आकार, कवटीचे आकारमान, नाकाचा आकार, छातीचा घेर, हाता-पायांची लांबी यांचा समावेश होतो.

**(अ) शारीरिक उंची (Physical Heights) :** शारीरिक उंची सहज मोजून वर्गीकृत केली जाऊ शकते. उंचीनुसार मानवाचे उंच, मध्यम, बुटके असे वर्गीकरण केले जाते. पुरुषांची सरासरी उंची 128 ते 198 सें.मी. तर स्त्रियांची उंची 125 ते 185 सें.मी. असते. शारीरिक उंचीवर हवामान व आहार यांचा परिणाम होतो.

(ब) **रक्तगट (Blood Group) :** वांशिक भिन्नता निश्चित करण्याच्या लक्षणात रक्तगट महत्त्वाचा घटक आहे. लँडस्टीनर यांनी रक्तगटाचा सर्वप्रथम शोध लावला. मानवी रक्तगटाचे मुख्य चार प्रकार आहेत. A, B, AB व O हे चार प्रकार असून जगातील प्रत्येक मानवात वरील चार गटांपैकी एक रक्तगट आढळतो. कॉकेसॉईड मानवी वंशात 'A' रक्तगटाचे प्रमाण जास्त आढळते तर मंगोलॉईड मानवी वंशात 'B' रक्तगटाचे प्रमाण जास्त आढळते.

(क) **डोक्याचा आकार (Size of Head) :** डोक्याचा आकार मानवी वंशनिश्चिती करण्यातला महत्त्वाचा घटक मानला जातो. डोक्याची लांबी व रुंदी यांच्या गुणोत्तर प्रमाणाला शीर्षाभिसूचक (मस्तिष्कांक) निर्देशांक (Cephalic Index) असे म्हणतात. डोक्याच्या आकारावरून लांब डोके (74.9 पेक्षा कमी), मध्यम डोके (75 ते 79.9) व लघु डोके (80 पेक्षा जास्त) असे तीन प्रकार पडतात.

(ड) **कवटीचे आकारमान (Size of Skull) :** मृत माणसांच्या कवटीची क्षमता अचूक मोजता येते. कॉकेसॉईड वंशाच्या लोकांच्या कवटीचे आकारमान निग्रोवंशीय लोकांच्या मानाने मोठे असते. तसेच पुरुषांच्या कवटीचे आकारमान स्त्रियांच्या कवटीपेक्षा मोठे असते. सर्वसाधारणपणे कवटीचे आकारमान 1000 ते 1800 घन सें.मी. पर्यंत आढळते. जितके कवटीचे आकारमान जास्त तेवढी ती व्यक्ती बुद्धिमान असते.

(इ) **नाकाचे आकार (Size of Nose) :** वंशनिश्चितीच्या शारीरिक लक्षणात नाकाचे मोजमाप महत्त्वाचे असते. नाकाची लांबी व (नासिकांक) रुंदी यांच्या गुणोत्तरास नाषिकाभिसूचक निर्देशांक असे म्हणतात. नाकाच्या आकारावरून लांब नाक (70 पेक्षा कमी) चपटे नाक (70-84) व रुंद नाक (84 पेक्षा जास्त) असे तीन प्रकार पडतात.

(ई) **छातीचा घेर (Circumference of Chest) :** छातीच्या घेराचे निश्चित असे मोजमाप करता येत नाही. मात्र आहार, व्यायाम, वय इत्यादी घटकांनुसार छातीचा घेर कमी-जास्त होऊ शकतो. म्हणून हे लक्षण महत्त्वाचे मानले जात नाही.

(उ) **हाता-पायाची लांबी (Length of Arms and Legs) :** हाता-पायाची लांबी निश्चित मोजता येते. काही वंशाच्या लोकांचे हात पायाच्या तुलनेत अधिक लांब असतात. आज हाता-पायाच्या लांबीचे लक्षण मानवी वंश वर्गीकरणासाठी शक्यतो वापरले जात नाही.

**(2) अनिश्चित लक्षणे (Indefinite Traits) :** मानवाच्या ज्या शारीरिक लक्षणांचे निश्चित मोजमाप करता येत नाही त्या लक्षणांना अनिश्चित लक्षणे असे म्हणतात. त्वचेचा रंग, चेहऱ्याची बनावट, डोळ्याचा रंग व पापण्या, केसांचा आकार व रंग, कान, हनुवटी व जबड्याचा आकार ही सर्व अनिश्चित लक्षणे आहेत.

**(अ) त्वचेचा रंग (Skin Colour) :** मेलेनिन या घटकद्रव्यावरून त्वचेचा रंग निश्चित होतो. माणसाच्या त्वचेच्या रंगाकडे चटकन लक्ष वेधले जाते. त्वचेच्या रंगावरून वंश ओळखणे सहज शक्य होते. सर्वसाधारणपणे त्वचेच्या रंगावरून गोरा, पीत व काळा असे वर्गीकरण केले जाते. कॉकेसाईड गोरा, मंगोलॉईड पीत (पिवळा) तर निग्रोईड मानव काळ्या रंगाचा असतो.

**(ब) चेहऱ्याची बनावट (Structure of Face) :** चेहऱ्याची लांबी व रुंदी यांचे परस्परांशी असलेले प्रमाण लक्षात घेऊन अतिरुंद चेहरा, रुंद चेहरा, मध्यम चेहरा, अरुंद चेहरा, अतिअरुंद चेहरा, पुढे झुकलेला चेहरा असे प्रकार पडतात.

**(क) डोळ्याचा रंग व पापण्या (Colour of Eyes) :** डोळ्यांचा रंग काळा, करडा, हिरवा व निळा असू शकतो. सर्वसाधारणपणे काळ्या डोळ्यांची माणसे सर्वच वंशात आढळतात. कॉकेसाईट वंशात निळे त निग्रोईड वंशात काळे डोळे दिसून येतात. डोळे अरुंद, सरळ व तिरपे असतात. मंगोलियन वंशाच्या लोकांचे डोळे थोडे तिरकस वाटतात. काही लोकांच्या पापण्या जाड व दाट तर काही लोकांच्या पापण्या विरळ असतात.

**(ड) केसाचा आकार व रंग (Size and Colour of Hair) :** केसाचा प्रकार, रंग, ठेवण, त्याची संख्या त्याच्या तिर्यक छेदावरून ठरविली जाते. डोक्यावरील केसांचे सरळ व लांब (कॉकेसाईड) केस, नागमोडी व कुरळे केस (ऑस्ट्रेलॉईड) व लोकरीसारखे केस (निग्रो) असे तीन प्रकार पडतात.

केसाचा रंग वंशानुसार वेगवेगळा आढळतो. केसांचा रंग गडद काळा, फिकट काळा, पिंगट, तांबूस, सोनेरी असतो. काळा रंग बहुधा सर्वत्र आढळतो.

**(इ) कान, हनुवटी व जबडा (Ear, Chin and Jaw) :** काही लोकांच्या कान, हनुवटी व जबड्यात भिन्नता आढळते. काही लोकांचे कान लहान, वर्तुळाकार व लांब असतात. काही लोकांची हनुवटी लांब, निमुळती व रुंद असते तसेच जबडा रुंद, मोठा किंवा अरुंद व लहान असतो.

याशिवाय ओठाचा आकार, डोळ्यांचा आकार यांचाही वांशिक वर्गीकरणाचा आधार मानला जातो.

## 2.3 ग्रिफिथ टेलरचे वांशिक वर्गीकरण
## (Racial Classification of Griffith Taylor)

मानवी वंश वर्गीकरणाच्या निश्चित व अनिश्चित लक्षणांवरून जगातील मानवी वंशाचे सर्वसाधारण निग्रोईड्स, मंगोलॉईड्स व कॉकेसाईड्स असे तीन प्रकार केले जातात.

ग्रिफिथ टेलर या तज्ज्ञाने मानवाच्या त्वचेचा रंग, केस, नाक, कपालांक, जबड्याचा आकार, डोक्याची लांबी, रुंदी इत्यादी घटकांच्या आधारावर मानवी वंशाचे वर्गीकरण केले आहे. टेलरने या घटकाच्या आधारावर मानवी वंशाचे सात प्रकार केले आहेत.

**(1) नेग्रिटो (Negrito) :** या वंशाच्या लोकांचा रंग चॉकलेटी ते काळा असतो. नाक रुंद व चपटे असते. केस पाण्याच्या लाटांप्रमाणे असतात. या लोकांचा जबडा बाहेर आल्यासारखा दिसतो. या वंशाचे लोक श्रीलंका, मलेशिया, फिलिपाईन्स, न्यूगिनी याशिवाय आफ्रिकेतील कांगो खोरे, युगांडा, कॅमेरून, अंदमान बेट इ. प्रदेशांत राहात आहेत.

**(2) निग्रो (Negro) :** या वंशाचे लोक लांब डोक्याचे असून कपालांक 70 ते 72 टक्केपर्यंत असतो. यांचे केस लांब लोकरीसारखे असून कुरळे असतात. त्वचेचा रंग काळा काजळासारखा असतो. जबडा पुढे झुकलेला असतो. तसेच नाक चपटे व रुंद असते. या वंशाचे लोक आफ्रिकेतील सुदान, गिनीचा किनारा व न्यूगिनी बेटाच्या पापुआ प्रदेशात राहतात.

**(3) ऑस्ट्रेलॉईड (Australoids) :** हे लोक लांबट डोक्याचे असून यांचा कपालांक 72 ते 74 टक्केपर्यंत आहे. यांचे केस कुरळे काळ्या रंगाचे असतात. यांच्या त्वचेचा रंग चमकदार चॉकलेटी ते काळा असतो. या गटातील लोकांचे केस लहरदार आहेत. जगात या वंशाच्या लोकांची संख्या कमी असून पूर्वी हे लोक ऑस्ट्रेलियात राहात होते. परंतु युरोपियन लोकांच्या आक्रमणानंतर हे लोक वाळवंटी व जंगल भागात राहात आहेत. भारताच्या मध्य व दक्षिण भागात हे लोक आढळतात. तसेच न्यू मेक्सिकोतदेखील यांची संख्या आढळते.

**(4) भूमध्यसागरी (Mediterranean) :** या वंशाच्या लोकांचे डोके लांब असून कपालांक 74 ते 77 टक्के, नाक अंडाकृती, केस कुरळे तर जबडा थोडासा पुढे आलेला असतो. यांचे डोळे व केस काळे असतात. हे लोक पोर्तुगीज, आफ्रिकेतील इजिप्शियन, भारतातील द्रविड, ऑस्ट्रेलियातील मायक्रोनेसियन, उत्तर अमेरिकेतील इरोक्वाहस व दक्षिण अमेरिकेतील तुपी इत्यादी प्रदेशांत आढळतात.

**(5) नॉर्डिक (Nordic) :** या वंशाच्या लोकांचे डोळे निळसर, केस लहरदार, चेहरा चपटा, लांब नाक, त्वचेचा रंग भुरकट, गुलाबी किंवा गोरा असतो. यांचे डोके मध्यम आकाराचे असून कपालांक 78-82 टक्के असतो. हे लोक वायव्य युरोप, स्कॅन्डॅनेव्हियन बेटे, डेन्मार्क, उत्तर जर्मनी, न्यूझीलंड, ऑस्ट्रेलिया इत्यादी.

**(6) अल्पाईन (Alpine) :** या वंशाच्या लोकांचे नाक लहान, केस सरळ, त्वचेचा रंग भुरकट ते गोरा असतो. तसेच चेहरा व जबडा सरळ असतो. यांचे डोके रुंद असून कपालांक 82 ते 85 टक्के असतो. हे लोक पश्चिम युरोपातील देश, फ्रान्स, जर्मनी, स्वित्झर्लंड, अफगाणिस्तान इ. प्रदेशांत आढळतात.

**(7) मंगोलियन (Mongolian) :** या वंशाच्या लोकांचे केस सरळ व चपटे, जबडा आतील बाजूस गेलेला, नाक लहान, त्वचेचा रंग पिवळसर, यांचा चेहरा गोल असून कपालांक 85 ते 90 टक्के असतो. हे लोक पश्चिम तुर्कस्तान, मलेशिया, चीन, फिलिपाईन्स, इंडोनेशिया, उत्तर कोरिया, दक्षिण कोरिया, जपान, नेपाळ इ. प्रदेशांत आढळतात. हे लोक अल्पाइन, नॉर्डिक व भूमध्यसागरी वंशात मिसळले आहेत.

## 2.4 जगातील धार्मिक व भाषिक समूह (Basic of Racial Classification)

### 2.4.1 धर्म (Religion)

धर्म हे एक मानवी संस्कृतीचे महत्त्वाचे अंग आहे. धर्मावरून मानवी समूहातील भिन्नता ओळखली जाते. धर्म ही एक मानवाने निर्माण केलेली संकल्पना आहे. मानवी समाजासाठीची उदात्त जीवनमूल्ये व मार्गदर्शक तत्त्वे धर्मात सांगितलेली असतात. प्रत्येक धर्माची मार्गदर्शक तत्त्वे व जीवनमूल्ये जवळपास सारखीच असतात. मानवी हित व मानवी कल्याण यांचा धर्मात विचार केला जातो. प्रत्येक धर्माची श्रद्धास्थाने ठरलेली असतात. त्यामुळे लोकांचा एकत्रित सांस्कृतिक समूह निर्माण होतो. धर्माचा पाया हा नीतीमूल्यावर व विश्वासावर आधारलेला असतो.

***व्याख्या***

धर्माच्या अनेक तज्ज्ञांनी वेगवेगळ्या प्रकारच्या व्याख्या मांडलेल्या आहेत.

* "धर्म म्हणजे निरपेक्ष विश्वासार्हतेची मनोभावना होय. निरपेक्ष म्हणजे तुलनात्मकदृष्ट्या सापेक्ष विश्वासार्हतेपेक्षा जास्त." **– फ्रेडरिक शेलरमॅचर**

"Religion means feeling of absolute dependence. Absolute as contrasted to other relative feelings of dependence."

* "धर्म म्हणजे अभिव्यक्तीचा उत्साही मनोविष्कार होय." – **विल्यम जेम्स**

"Religion means the enthusiastic temper of expousal. "

* "धर्म म्हणजे भय व संमोहन यांचे अद्वितीय मिलन होय." – **ओट्टो**

"Religion means the essence of religious awareness as away a unique blend of fear and facination before the divine. "

* "धर्म म्हणजे मानवी जीवन परिपूर्ण व कृतार्थ करणारी अपरिपूर्ण, दोषमय, अशांत जीवन बदलून टाकणारी उच्चतम ध्येयप्राप्तीची जीवन पद्धती होय."

## *जगातील प्रमुख धर्म* (Major Religious of the World)

**(1) ख्रिश्चन (Christain) :** जगात सर्वांत जास्त लोकसंख्या असलेला हा धर्म आहे. इ.सनाच्या पहिल्या शतकात येशू ख्रिस्तांनी नाजरेत (पॅलेस्टाईन) येथे या धर्माची स्थापना केली. म्हणून प्रभू येशू ख्रिस्ताला ख्रिश्चन धर्माचा धर्मसंस्थापक असे म्हणतात. येशू ख्रिस्ताचा प्रभू म्हणून ज्यांनी स्वीकार केला त्यांना ख्रिश्चन असे संबोधले जाते.

**वैशिष्ट्ये :**

1. बायबल हा ख्रिश्चनधर्मीयांचा पवित्र धर्मग्रंथ आहे. ख्रिश्चनधर्मीय लोक बायबलचे पठण करतात.
2. या धर्माचे कॅथॉलिक व प्रोटेस्टंट असे दोन पंथ आहेत. कॅथॉलिक पंथात चर्चला मोठ्या प्रमाणात महत्त्व देतात तर प्रोटेस्टंट पंथात चर्चला फारसे महत्त्व देत नाहीत.
3. ख्रिश्चन धर्माचे चर्च हे प्रार्थनास्थळ आहे. या धर्मात प्रार्थनेला अधिक महत्त्व दिले आहे.
4. ख्रिसमस, गुडफ्रायडे, ईस्टर संडे हे धार्मिक सण व उत्सव आहेत.
5. गुड फ्रायडेला या धर्माचे लोक मोठ्या प्रमाणात दानधर्म करतात.
6. या धर्मात सामाजिक भेदभाव केला जात नाही.
7. या धर्मात येशू हा एकच देव मानला जातो.
8. या धर्मातील दफनस्थानास सिमेट्री असे म्हणतात.
9. या धर्माचे जेरुसलेम, अँटोज, अलेक्झांड्रिया, कॉन्स्टॅन्टिनोपल (इस्तंबूल) व मॉस्को ही पवित्र ठिकाणे आहेत.

10. ईश्वर कल्पना, प्रकटीकरण, पापमुक्ती, ईश्वरी प्रेम, पश्चात्ताप ही या धर्माची प्रमुख तत्त्वे आहेत.
11. लोकांच्या गळ्यातील क्रॉस हे धार्मिक प्रतीक समजले जाते.

**प्रदेश व लोकसंख्या :** ख्रिश्चन धर्म हा वैश्विक धर्म आहे. या धर्माचे लोक जगात सर्वत्र पसरलेले आहेत. या धर्माचे लोक उत्तर अमेरिका, दक्षिण अमेरिका, युरोप, आफ्रिका, आशिया, ऑस्ट्रेलिया, न्यूझीलंड येथे आढळतात. जगातील मेक्सिको, संयुक्त संस्थाने, ब्राझील या देशांत सर्वाधिक ख्रिश्चनधर्मीयांची लोकसंख्या आहे. जगात सर्वांत जास्त लोकसंख्या असलेला हा धर्म असून जगातील सुमारे 33 टक्के लोक या धर्माचे आहेत. सन 2019 नुसार या धर्माची लोकसंख्या सुमारे 217 कोटी इतकी आहे.

**(2) इस्लाम (Islam) :** इस्लाम या शब्दाचा अर्थ 'आत्मसमर्पण' किंवा परमेश्वराशी पूर्णपणे समर्पित होणे असा आहे. हा वैश्विक धर्म असून इस्लाम हा शब्द अरेबियन भाषेतून आला आहे. इ.सनाच्या 7 व्या शतकात महंमद पैगंबर यांनी या धर्माची स्थापना केली.

**वैशिष्ट्ये :**

1. इस्लाम धर्मात देवावर विश्वास ठेवणे, देवदूतावर विश्वास, कुराणावर विश्वास, पैगंबरांवर विश्वास व निवाड्यावर विश्वास ठेवणे इ. मूलतत्त्वे आहेत.
2. कुराण हा या धर्माचा पवित्र ग्रंथ आहे.
3. या धर्माचे शिया व सुन्नी असे दोन पंथ असून जगात 90% मुस्लीमधर्मीय सुन्नी पंथाचे आहेत.
4. कलमा, नमाज, खैरात-जकात, रोजा, हज ही पाच सूत्रे आहेत.
5. मस्जिद व ईदगाह ही दोन प्रार्थनास्थळे आहेत.
6. रमजान, मोहरम, बकरी ईद हे या धर्माचे महत्त्वाचे सण आहेत.
7. मक्का व मदिना ही या धर्माची पवित्र ठिकाणे आहेत.
8. या धर्मातील स्त्रिया बुरखा परिधान करतात.
9. या धर्माची पहिली मशीद मदिना येथे असून या मशिदीत महंमद पैगंबराची कबर आहे.
10. इस्लाम लोक मृताचे दफन करतात.

**प्रदेश व लोकसंख्या :** या धर्माचे लोक आशिया व आफ्रिका खंडांत सर्वाधिक आहेत. याशिवाय युरोप, उत्तर अमेरिका, दक्षिण अमेरिका, ऑस्ट्रेलिया व न्यूझीलंड येथे आढळतात. जगात लोकसंख्येच्या बाबतीत ख्रिश्चन धर्मानंतर या धर्माचा दुसरा क्रमांक आहे. या धर्माचे

सन 2019 नुसार सुमारे 160 कोटी (24 टक्के) लोकसंख्या आहे. जगात सर्वांत जास्त मुस्लीमधर्मीय लोक इंडोनेशिया या देशात आहेत.

**(3) हिंदू (Hindu) :** हिंदू धर्म हा जगातील प्राचीन धर्मांपैकी एक धर्म आहे. या धर्माची स्थापना ख्रिस्तपूर्व 1500 च्या सुमारास झाली असावी असे मानले जाते. या धर्माची नेमकी स्थापना केव्हा झाली आणि कोणी केली या संदर्भात निश्चित माहिती आढळत नाही.

**वैशिष्ट्ये :**

1. हिंदू धर्म हा चातुर्वर्ण्य व्यवस्थेवर आधारलेला आहे.
2. हा धर्म ईश्वर, मूर्तिपूजा, स्वर्ग, नरक, पुनर्जन्म यावर विश्वास ठेवतो.
3. मंदिर हे या धर्माचे पवित्र प्रार्थनास्थळ आहे.
4. या धर्मात 33 कोटी देव मानलेले आहेत.
5. वेद, उपनिषदे, भगवद्गीता, रामायण, महाभारत हे हिंदू धर्माचे पवित्र ग्रंथ आहेत.
6. या धर्मात मृताचे दफन व दहन केले जाते.
7. हरिद्वार, द्वारका, वाराणसी, अलाहाबाद, मथुरा, बद्रीनाथ, केदारनाथ, रामेश्वर, अमरनाथपुरी, तिरुपती, पंढरपूर इत्यादी अनेक पवित्र ठिकाणे आहेत.

**प्रदेश व लोकसंख्या :** या धर्माचा जगात लोकसंख्येच्या बाबतीत तिसरा क्रमांक लागतो. या धर्माचे लोक भारत, नेपाळ, मॉरिशस, बाली, इंडोनेशिया इ. प्रदेशांत प्रामुख्याने आढळतात. यांपैकी जगात सर्वांत जास्त हिंदूधर्मीय लोक भारतात आढळतात. भारतात सुमारे जगातील हिंदूंच्या एकूण लोकसंख्येपैकी 93 टक्के हिंदू भारतात आहेत. सन 2019 नुसार या धर्माची लोकसंख्या जगात सुमारे 115 कोटी (16 टक्के) आढळते.

**(4) बौद्ध (Budhism) :** बौद्ध धर्म हा एक जगातील प्राचीन धर्म आहे. या धर्माची स्थापना इ.स. पूर्व 6 व्या शतकात गौतम बुद्ध यांनी केली. गौतम बुद्धाचा जन्म लुंबिनी येथे झाला आहे. गौतम बुद्धाला पिंपळाच्या वृक्षाखाली साक्षात्कार झाला. म्हणून बुद्धाला पुढे बोधिसत्त्व असे संबोधले गेले. हा धर्म भारतीय भूमीतला आहे.

**वैशिष्ट्ये :**

1. 'त्रिपिटक' हा धर्माचा पवित्र ग्रंथ आहे.
2. या धर्मात हीनयान व महायान हे दोन ग्रंथ आहेत.
3. हा धर्म करुणा, शांती, दया, मानवता व समता यावर आधारलेला आहे.
4. स्तूप (पॅगोडा) हे या धर्माचे प्रार्थनास्थळ आहे.

5. मानवाचे जीवन दुःखमय आहे. इच्छेतून दुःखाचा जन्म होतो आणि इच्छा अतृप्त राहिली तर पुनर्जन्म होतो. जेव्हा इच्छा थांबते तेव्हा पुनर्जन्मही थांबतो, त्यालाच निर्वाण असे म्हणतात.
6. या धर्मात धार्मिक विधी व समारंभ या गोष्टींना महत्त्व दिले जात नाही.
7. प्रज्ञा, शील, करुणा या त्रिसूत्रींवर हा धर्म आधारलेला आहे.
8. योग्य दृष्टिकोन, योग्य इच्छा, योग्य संभाषण, योग्य वर्तणूक, योग्य जीवन पद्धती, योग्य उद्दिष्ट, योग्य मनोवृत्ती आणि योग्य ध्यानधारणा ही या धर्माची अष्टसूत्री आहेत.
9. या धर्माची लुंबिनी, बुद्धगया, सारनाथ, कुशीनगर, श्रावस्थी इत्यादी पवित्र ठिकाणे आहेत.
10. जगाला शांतीचा संदेश देणारा हा धर्म आहे.

**प्रदेश व लोकसंख्या :** या धर्माचे लोक आशिया खंडात सुमारे 99 टक्के आहेत. ते मुख्यतः चीन, जपान, भारत, थायलंड, कंबोडिया, व्हिएतनाम, म्यानमार, श्रीलंका या देशांत आहेत. सन 2019 नुसार या धर्माची लोकसंख्या सुमारे 54 कोटी (जगाच्या 7 टक्के) आहे. लोकसंख्येच्या बाबतीत या धर्माचा जगात चौथा क्रमांक लागतो.

**(5) जैन (Jain) :** बौद्ध धर्माप्रमाणेच हा धर्म भारतभूमीतलाच आहे. वर्धमान महावीरांच्या आधी पार्श्वनाथ हे एक महान तीर्थंकर होऊन गेले व त्यांचे निधन महावीरांच्या आधी 250 वर्षे झाले आहे. जैन धर्माचे शेवटचे म्हणजे 24 वे तीर्थंकर वर्धमान महावीर होते. ते बुद्धांच्या समकालीन असले तरी बुद्धांपेक्षा वयाने मोठे होते.

**वैशिष्ट्ये :**

1. या धर्माचे दिगंबर व श्वेतांबर हे दोन पंथ आहेत.
2. सृष्टी ही कोणी निर्माण केली नाही व तिचा नाशही कोणी करत नाही. प्रत्येक जीवाला त्याच्या कर्मानुसार आपोआप फळ मिळत असते, अशी विचारसरणी या धर्माची आहे.
3. पर्यूषण पर्व हे दोन्ही संप्रदाय पाळतात.
4. अहिंसा, सत्य, अस्तेय, ब्रह्मचर्य, अपरिग्रह ही या धर्माची प्रमुख तत्त्वे आहेत.
5. या धर्माचा अनेकतावादावर विश्वास आहे.
6. पारसनाथ, श्रवणबेळगोळ, कुंतलगिरी इत्यादी या धर्माची पवित्र ठिकाणे आहेत.

7. महावीर जयंती, पर्यूषण हे या धर्माचे महत्त्वाचे सण व उत्सव आहेत.
8. तत्त्वार्थ सूत्र हा या धर्माचा मुख्य ग्रंथ आहे.

**प्रदेश व लोकसंख्या :** जगात या धर्माची लोकसंख्या कमी असून सुमारे 5 लाख इतकी आहे. या धर्माचे लोक भारत, कॅनडा, केनिया, ग्रेट ब्रिटन, हाँगकाँग या देशांत आहेत. भारतात या धर्माची लोकसंख्या सर्वाधिक आहे.

**(6) शीख :** शीख हा धर्म हिंदू व इस्लाम धर्माच्या मूलतत्त्वांचा संयोग आहे. या धर्माची स्थापना गुरुनानक यांनी 15 व्या शतकात केली. गुरुगोविंद सिंग हे शिखांचे दहावे व शेवटचे गुरू आहेत.

**वैशिष्ट्ये :**

1. एकेश्वरवाद ही संकल्पना या धर्मात रूढ आहे.
2. 'गुरुग्रंथसाहिबा' हा या धर्माचा पवित्र ग्रंथ आहे.
3. केश, कच्छ, करा, कंगवा, कृपाण ही या धर्माची पाच सूत्रे आहेत. ही सूत्रे गुरु गोविंद सिंग यांनी घालून दिली आहेत.
4. शिखांच्या पवित्र स्थानास गुरुद्वार असे म्हणतात. गुरुद्वार हे शिखांचे प्रार्थनास्थळ आहे.
5. शीख धर्मातील पुरुष नावापुढे सिंग व स्त्रिया कौर लावतात.
6. शीख धर्मातील पुरुषांना सरदार तर स्त्रियांना सरदारिनी असे म्हणतात.
7. या धर्मातील लोक शोक व्यक्त करण्यास पांढरे कपडे, विवाहावेळी गुलाबी, वसंतपंचमीच्या वेळी पिवळ्या रंगाचे कपडे परिधान करतात.
8. या धर्मात मूर्तिपूजा, धार्मिक विधी व जातिव्यवस्था मान्य नाही.
9. या धर्मात लंगर (सामुदायिक भोजन) यास महत्त्व असते.
10. या धर्माचे अमृतसर, आनंदपूरसाहेब, नांदेड, नानकसाहेब ही पवित्र ठिकाणे आहेत.

**प्रदेश व लोकसंख्या :** जगात या धर्माची लोकसंख्या सुमारे 30 लाख आहे. जगात भारत, कॅनडा, संयुक्त संस्थाने या देशांत या धर्माची लोकसंख्या आढळते. यांपैकी भारतात या धर्माचे लोक मोठ्या प्रमाणात आढळतात.

**(7) ज्यू/यहुदी (Judism) :** इ.स. पूर्व 13 व्या शतकात ज्यू धर्म उदयास आला. ख्रिश्चन व इस्लाम या धर्मातून याचा उगम झाला. हा हेब्रूचा धर्म आहे. या धर्माची स्थापना मोझेस यांनी केली.

**वैशिष्ट्ये :**

1. हा धर्म एकेश्वरवादाला मानणारा आहे.
2. विश्वास व कर्तव्यांचे पालन तसेच नैतिक मूल्यांवर आधारलेला हा धर्म आहे.
3. तोराह हा यांचा पवित्र ग्रंथ आहे.
4. उपासनास्थान हे प्रार्थनास्थळ आहे.
5. योम किप्पूर हा वर्षातील पवित्र दिवस असतो.
6. जेरुसलेम हे या धर्माचे पवित्र ठिकाण आहे.

**प्रदेश व लोकसंख्या :** या धर्माची लोकसंख्या सुमारे 15 लाख इतकी असून जगाच्या 0.2 टक्के इतकी आहे. दुसऱ्या महायुद्धापर्यंत ज्यू लोक जगात सर्वत्र पसरलेले होते. नंतर इस्त्राईल ही त्यांची भूमी बनली. याशिवाय संयुक्त संस्थाने, कॅनडा या देशातही या धर्माची लोकसंख्या आढळते.

**(7) इतर धर्म :** वरील प्रमुख धर्माशिवाय शिंटो धर्म (Shintoism), ताओईझम (Tauism), कन्फ्युशिऑनिझम (Confucianism), झोरोस्ट्रियानिझम (पारशी) (Zorostrianism), बहाई (बोहरा) (Bahai), ॲनिमिझम (Animism) इ. धर्म जगात आढळतात.

## 2.4.2 जागतिक भाषिक समूह (Language Groups in the World)

**भाषा :** सामाजिकीकरणातील भाषा ही एक महत्त्वाची शक्ती आहे. भाषेचा विकास मानवाच्या सांस्कृतिक उत्क्रांतीमधील एक महत्त्वाचा घटक आहे. भाषेमुळे एकमेकांशी युक्त्या, कल्पना, विचारांचे आदानप्रदान केले जाते. भाषेचे शिक्षण त्यांच्या कुटुंबातूनच मिळते. सांस्कृतिक वारसा एका पिढीतून दुसऱ्या पिढीत नेण्यासाठी भाषेचा उपयोग होतो. भाषेमुळे समाज एकत्र बांधला जातो. अलीकडे प्रत्येक समाजाला भाषेशिवाय कार्य करणे अशक्य आहे. कारण समाजात एकमेकांविषयी सामंजस्याची व आपुलकीची भावना निर्माण करण्याचे कार्य भाषा करते. भाषेमुळे राष्ट्रीय व आंतरराष्ट्रीय सामंजस्य वाढीस लागते. आर्थिक घडामोडींबरोबरच व्यापार करण्याच्या दृष्टिकोनातून महत्त्व आहे. मानवी समूहाने अनेक भाषा विकसित केल्याने विविध प्रकारच्या अडचणीही निर्माण झाल्या आहेत. त्यामुळे बोलीभाषांनाही महत्त्व प्राप्त झाले आहे.

भाषा हा शब्द भाष्य या शब्दापासून आला आहे. 'भाष्' या शब्दाचा अर्थ वाणी व्यक्त करणे असा आहे.

**व्याख्या :**

* ''ज्या ध्वनी चिन्हाद्वारे मनुष्य परस्पर विचारविनिमय करतो त्या ध्वनी चिन्हाच्या समष्टी रूपाला भाषा असे म्हणतात.'' **- सक्सेना**
* ''माणसे परस्परांत आपली वस्तूविषयक इच्छा व तत्संबंधी विचार यांचे आदान-प्रदान करण्यासाठी ज्या ध्वनी संकेताचा व्यवहार करतात त्या व्यवहाराला भाषा असे म्हणतात.'' **- श्यामसुंदर दास**
* ''बोलल्या जाणाऱ्या ज्या संघटित शब्दांद्वारे लोक एकमेकांशी संपर्क साधतात व परस्परांना समजून घेऊ शकतात तिला भाषा असे म्हणतात.'

जगातील भाषेचे प्रादेशिक वितरण गुंतागुंतीचे आहे. जगातील 95 टक्के लोकांकडून सर्वसामान्यपणे 100 भाषांपैकी कमीत कमी एक भाषा तरी बोलली जाते. भाषा शास्त्रज्ञांच्या मते जगात 2797 भाषा बोलल्या जातात. यापैकी 1200 भाषा अमेरिकन लोक बोलतात. जगातील प्रमुख भाषांपैकी चिनी, इंग्रजी, स्पॅनिश, हिंदी या भाषा आहेत. याशिवाय रशियन, अरेबिक, बंगाली, पोर्तुगीज, जापनीज, जर्मन, फ्रेंच, माली या भाषाही प्रमुख आहेत. या प्रमुख 12 भाषा बोलणाऱ्यांची संख्या सुमारे 50 टक्के आहे.

जागतिक भाषिक समूह पुढीलप्रमाणे आहेत.

**(1) इंडो-युरोपियन भाषा (Indo-European) :** जगात सर्वांत जास्त लोकसंख्येकडून बोलला जाणारा हा भाषिक समूह आहे. या भाषा समूहात 437 भाषांचा समावेश आहे. जगातील सुमारे 300 कोटी लोक या भाषा बोलतात. म्हणजेच जगातील 50% लोक या भाषा बोलतात. यामध्ये प्रामुख्याने भारतीय, इराणियन, आर्मेनियन, जर्मनीक, इटालिक, हेलेनिक, अल्बानियन, बाल्टोसाल्विक, सिलेटिक इत्यादी भाषा समूहांचा समावेश होतो. या भाषिक समूहात जर्मन, इंग्रजी, डॅनिश, नॉर्वेजियन, डच या प्रमुख भाषा आहेत. याशिवाय फ्रेंच, इटालियन, स्पॅनिश, पोर्तुगीज, रोमानियन भाषा तसेच बल्गेरियन, पोलिश, रशियन, संस्कृत, बंगाली, उर्दू, हिंदी, पंजाबी आणि द्रविडीयन भाषांचा समावेश होतो. या भाषासमूहात मुख्यतः आशिया, युरोप खंडामधील भाषांचा समावेश होतो.

**(2) सिनो-तिबेटीयन भाषा समूह (Sino-Tibetian Language Group) :** जगात इंडो-युरोपियन भाषा समूहानंतर दुसरा क्रमांक सिनो-तिबेटीयन भाषा समूहाचा आहे. या भाषा समूहात 453 भाषांचा समावेश होतो. जगातील सुमारे 130 कोटी लोक या भाषा बोलतात. या भाषा समूहात चायनीज (मंदारीन, कॅन्टोनीज, मीन, वू, हक्का) बर्मीज, जापनीज, कोरियन, तिबेटीयन इत्यादी भाषा या प्रमुख आहेत. चायनीज भाषेतील मंदारीन ही जगातील सर्वाधिक लोकांकडून बोलली जाणारी भाषा आहे.

**(3) हॅमिटिक व सेमिटिक भाषा समूह (Hamitic and Semitic Language Groups) :** नायजर-कांगो या भाषिक समूहांचा जगात तिसरा क्रमांक लागतो. यामध्ये 1524 भाषा व बोलीभाषांचा समावेश होतो. जगातील सुमारे 45 कोटी लोक या भाषा बोलतात. हा भाषा समूह आफ्रिका व नैर्ऋत्य आशियात आहे. हॅमिटिक व सेमिटिक भाषा समूहाशिवाय आफ्रिकेत इजिप्शियन, बांटू, हॉटेनटॉट, बुशमन, मलायो-पॉलिनिशियन्स हे देखील भाषिक समूह आहेत. या भाषा समूहामध्ये अरेबिक, हिब्रू भाषेबरोबरच बार्बर, कुशिटिक, चॅड, हौसा, इबो, योरूबा, स्वाहिली, खोईसन, इ. भाषांचा समावेश होतो.

**(4) ऑस्ट्रोनिशियन किंवा ओशिनिया भाषा समूह (Austronesion or Oceania Language Group) :** हा जगातील चौथा भाषा समूह असून यामध्ये 1224 भाषा व बोली भाषा यांचा समावेश होतो. जगातील सुमारे 39 कोटी लोक या भाषा बोलतात. या भाषा समूहात पॅसिफिक महासागरातील सर्व बेटांचा व बेट समूहाचा समावेश केला जातो. या भाषा समूहामध्ये पापुआन, मलायो, टागालोग, जावनिज, पॉलिनेशियन इ. प्रमुख भाषा आहेत.

**जगातील प्रमुख भाषा व लोकसंख्या :**

| क्र. | बोलणाऱ्यांची संख्या लाखात | |
|---|---|---|
| 1. | मंदारीन (चायनीज) | 917 |
| 2. | स्पॅनिश | 460 |
| 3. | इंग्रजी | 379 |
| 4. | हिंदी | 341 |
| 5. | अरेबिक | 315 |
| 6. | बंगाली | 228 |
| 7. | पोर्तुगीज | 220 |
| 8. | रशियन | 153 |
| 9. | जापनीज | 128 |
| 10. | पंजाबी | 118 |

## स्वाध्याय

### रिकाम्या जागी योग्य पर्याय लिहा.

1. वंश ही ............... संकल्पना आहे.
   (अ) जैविक (ब) भौगोलिक
   (क) रासायनिक (ड) प्राकृतिक
2. ............... या अमेरिकन शास्त्रज्ञाने मानवी वंश उत्क्रांतीचा सिद्धान्त मांडला.
   (अ) हंटिंग्टन (ब) सेम्पल
   (क) रिटर (ड) ग्रिफिथ टेलर
3. युरोपियन लोक ............... या वंश गटाचे आहेत.
   (अ) मंगोलॉईड (ब) कॉकेसाईड
   (क) निग्रोईड (ड) होमोइरेक्टस
4. मंगोलियन त्वचेचा वर्ण ............... असतो.
   (अ) काळा (ब) निळा
   (क) पिवळा (ड) लाल
5. त्वचा, रंग, केस इत्यादी ............... चे घटक आहेत.
   (अ) वंश (ब) धर्म
   (क) भाषा (ड) जात
6. धर्म, वंश, भाषा इत्यादी ............... घटक आहेत.
   (अ) ऐतिहासिक (ब) सांस्कृतिक
   (क) राजकीय (ड) आर्थिक
7. ज्यू ख्रिश्चन व मुस्लीमधर्मीयांसाठी ............... हे पवित्र ठिकाण आहे.
   (अ) मुंबई (ब) लंडन
   (क) फ्रान्स (ड) जेरुसलेम
8. ............... हा ख्रिश्चन धर्माचा पवित्र ग्रंथ आहे.
   (अ) बायबल (ब) कुराण
   (क) गीता (ड) त्रिपिटक
9. ............... यांनी इस्लाम धर्माची स्थापना केली.
   (अ) येशू ख्रिस्त (ब) श्रीकृष्ण
   (क) महंमद पैगंबर (ड) गौतम बुद्ध

10. त्रिपिटक हा पवित्र ग्रंथ ............. या धर्माचा आहे.
    - (अ) ख्रिश्चन (ब) बौद्ध
    - (क) इस्लाम (ड) शीख
11. भगवान महावीर हे जैन धर्माचे ............. वे तीर्थंकर होते.
    - (अ) 21 (ब) 22
    - (क) 23 (ड) 24
12. गुरुद्वार हे ............. धर्माचे प्रार्थनास्थळ आहे.
    - (अ) शीख (ब) हिंदू
    - (क) इस्लाम (ड) बौद्ध
13. .............. हे राष्ट्राच्या ऐक्याचे प्रतीक असते.
    - (अ) धर्म (ब) वंश
    - (क) भाषा (ड) जात
14. .............. ही भाषा जगात सर्वांत जास्त बोलली जाते.
    - (अ) हिंदी (ब) स्पॅनिश
    - (क) इंग्रजी (ड) मंदारीन
15. जगात सर्वांत जास्त लोकसंख्येकडून बोलला जाणारा ............. हा भाषिक समूह आहे.
    - (अ) इंडो-युरोपियन (ब) हॅमिटिक व सेमिटिक
    - (क) सिनो-तिबेटीयन (ड) ऑस्ट्रेनिशियन किंवा ओशिनिया

## खालील प्रश्नांची थोडक्यात उत्तरे लिहा.

1. मानवी वंश वर्गीकरणाची निश्चित लक्षणे सांगा.
2. मानवी वंश वर्गीकरणाची अनिश्चित लक्षणे सांगा.
3. मानवी वंश म्हणजे काय ?
4. ख्रिश्चन धर्माची वैशिष्ट्ये सांगा.
5. इंडो-युरोपियन भाषा समूह सांगा.

## खालील प्रश्नांची सविस्तर उत्तरे लिहा.

1. ग्रिफिथ टेलरचे वांशिक वर्गीकरण स्पष्ट करा.
2. मानवी वंश म्हणजे काय ते सांगून वंश वर्गीकरणाचे आधार स्पष्ट करा.
3. जगातील प्रमुख धर्म सांगून इस्लाम धर्माचे सविस्तर वर्णन करा.
4. जगातील प्रमुख भाषिक समूह स्पष्ट करा.

✲ ✲ ✲

प्रकरण

# 3

# लोकसंख्या
## (Population)

### महत्त्वाचे मुद्दे

3.1 लोकसंख्यावाढ

3.2 जागतिक लोकसंख्येच्या वितरणावर परिणाम करणारे घटक

3.3 जागतिक लोकसंख्येचे वितरण

3.4 लोकसंख्या संक्रमण सिद्धान्त

3.5 वय व लिंगसंरचना

---

लोकसंख्या ही एक साधनसंपत्ती आहे. एखाद्या प्रदेशातील विशिष्ट वेळी असलेली एकूण लोकांची संख्या म्हणजे लोकसंख्या होय. लोकसंख्या ही संख्यात्मक व गुणात्मक असते. या लोकसंख्येचा भौगोलिक, सामाजिक, राजकीय व जैविक घटकांशी संबंध येतो. जर लोकसंख्या कर्तृत्ववान व गुणात्मक असेल तर प्रदेशाचा विकास जलद घडून येतो. लोकसंख्या जेवढी जास्त तेवढी श्रमशक्ती वाढते. तसेच नैसर्गिक साधनसंपत्तीचा विकास करण्यासाठी प्रत्येक देशाजवळ पुरेशी व गुणात्मक लोकसंख्या असणे आवश्यक असते.

राष्ट्राच्या आर्थिक उत्पादनाबरोबरच त्या राष्ट्राचे सार्वभौमत्व, संरक्षण व राष्ट्रीयदृष्ट्या राष्ट्राचा विकास घडवून आणण्यासाठी लोकसंख्येला महत्त्वाचे स्थान असते. यामुळेच लोकसंख्या ही एक महत्त्वाची साधनसंपत्ती समजली जाते.

## 3.1 लोकसंख्यावाढ (Growth of Population)

लोकसंख्येची वाढ हा शब्द लोकसंख्येतील बदल या अर्थाने वापरला जातो. लोकसंख्यावाढ ही धन (+) व ऋण (-) देखील असू शकते. हा बदल एकूण लोकसंख्येत झालेला बदल व प्रति शेकडा लोकसंख्येत झालेला बदल या पद्धतीने व्यक्त केला जातो. लोकसंख्येत झालेला बदल जनगणनेनुसार दर दहा वर्षांनी समजू शकतो. परंतु लोकसंख्यावाढीचा वेग ठरविताना वार्षिक कालावधी विचारात घेतला जातो. जगात लोकसंख्येची वाढ सर्वत्र समान आढळत नाही. कारण लोकसंख्येच्या वाढीवर भौगोलिक, आर्थिक, सामाजिक, सांस्कृतिक या लोकसंख्याविषयक घटकांचा परिणाम होतो. मुख्यतः लोकसंख्येची वाढ जन्मदर, मृत्युदर व स्थलांतर या घटकांवर अवलंबून असते. ऐतिहासिक काळापासून ते आजअखेर लोकसंख्येत कसा बदल झालेला आहे हे खालील तक्त्यावरून स्पष्ट होते.

| वर्ष | लोकसंख्या (कोटीत) |
|---|---|
| इ.स.पूर्व 10000 | 0.1 ते 1 |
| 0001 | 20 |
| 1300 | 40 |
| 1650 | 50 |
| 1850 | 100 |
| 1930 | 200 |
| 1975 | 400 |
| 1987 | 500 |
| 1999 | 600 |
| 2011 | 700 |
| 2019 | 750 |
| 2050 अपेक्षित | 975 |

**संदर्भ : आकडेवारी संकलित**

वरील तक्त्यावरून असे दिसून येते की, पूर्वीपासून इ.स.पर्यंत लोकसंख्यावाढीचा वेग स्थिर स्वरूपाचा होता. त्यामुळे लोकसंख्येत फारशी वाढ झालेली दिसून येत नाही. कारण या काळात जन्मप्रमाण व मृत्युप्रमाण जवळजवळ सारखेच होते. इ.स. 1 मध्ये जगाची लोकसंख्या 20 कोटी होती. तर इ.स. 1300 मध्ये ती दुप्पट होऊन 40 कोटी झाली. इ.स. 1650 मध्ये जगाची लोकसंख्या 50 कोटी होती. यानंतर जगाच्या लोकसंख्येत सातत्याने वाढ होत गेली. इ.स. 1650 नंतर पुढील 200 वर्षांत म्हणजेच इ.स. 1850 मध्ये जगाची लोकसंख्या दुप्पट (100 कोटी) झाली. पुढील 80 वर्षांत म्हणजेच 1930 मध्ये ती दुप्पट (200 कोटी) झाली. जगातील लोकसंख्या दुप्पट होण्याचा कालावधी 200 वर्षे, 80 वर्षांवरून ती 45 वर्षे असा घटलेला आहे. म्हणजेच इ.स. 1975 मध्ये जगाची लोकसंख्या 500 कोटी झाली. या जलद व प्रमाणाबाहेर वाढणाऱ्या लोकसंख्येच्या प्रमाणाला लोकसंख्येचा विस्फोट असे म्हणतात. या वाढत्या लोकसंख्येमुळे जगात निर्माण झालेला असमतोल व परिस्थितीची जाणीव करून देण्यासाठी संयुक्त राष्ट्र संघटनेने (UNO) 1974 हे वर्ष जागतिक लोकसंख्या वर्ष म्हणून घोषित केले आहे तर 11 जुलै, 1987 रोजी जगाची लोकसंख्या 500 कोटी झाली म्हणून यूनोने 11 जुलै हा दिवस जागतिक लोकसंख्या दिन म्हणून घोषित केला. पुढे अवघ्या 12 वर्षांनंतर म्हणजेच 12 ऑक्टोबर 1999 या दिवशी जगाची लोकसंख्या 600 कोटी झाली. म्हणून हा दिवस 6 अब्ज दिन म्हणून साजरा केला जातो. 31 ऑक्टोबर, 2011 रोजी जगाची लोकसंख्या 700 कोटी झाली तर आज 2019 मध्ये ती 750 कोटी झाली. जर जगात लोकसंख्येच्या वाढीचा वेग असाच राहिला तर 2050 मध्ये जगाची लोकसंख्या सुमारे 975 कोटी असेल.

**जागतिक लोकसंख्यावाढीची कारणे :**

1. कृषीक्षेत्रात झालेली प्रगती किंवा वाढ
2. औद्योगिक क्रांती व वाढते औद्योगिकीकरण
3. वैद्यकीय क्षेत्रात झालेली वाढ व प्रगती
4. विज्ञान व तंत्रज्ञानाचा विकास
5. वाढते नागरिकीकरण
6. वाहतुकीच्या साधनात झालेली वाढ व प्रगती
7. आंतरराष्ट्रीय सामंजस्य व शांतता.

## 3.2 जागतिक लोकसंख्येच्या वितरणावर परिणाम करणारे घटक

जगात लोकसंख्येचे वितरण विषम स्वरूपाचे आहे. जगातील 5% भूप्रदेशावर सुमारे 50% जगाची लोकसंख्या आहे तर 56% भूप्रदेशावर जगातील केवळ 5% लोक राहतात. जेथे भौगोलिक परिस्थिती अनुकूल आहे तेथे लोकसंख्या अधिक आढळते. या उलट जेथे भौगोलिक परिस्थिती प्रतिकूल स्वरूपाची आहे तेथे लोकसंख्या कमी आढळते. लोकसंख्येच्या या वितरणावर पुढील घटकांचा परिणाम झालेला दिसून येतो.

1. **भौगोलिक :** प्राकृतिक रचना, हवामान, जमीन, खनिजे व ऊर्जा साधने, नैसर्गिक वनस्पती, पाणीपुरवठा.
2. **आर्थिक :** औद्योगिक विकास, वाहतुकीची साधने, खनिज व ऊर्जा साधनांचे उत्खनन/खाणकाम, जलसिंचनाची साधने, नागरिकीकरण
3. सामाजिक व सांस्कृतिक
4. धार्मिक
5. ऐतिहासिक
6. राजकीय

**(1) भौगोलिक किंवा नैसर्गिक किंवा भौतिक / प्राकृतिक घटक (Geographical Factors) :** लोकसंख्येच्या वितरणावर परिणाम करणारा भौगोलिक हा सर्वांत महत्त्वाचा घटक आहे. भौगोलिक घटकामध्ये प्राकृतिक रचना, हवामान, जमीन, नैसर्गिक वनस्पती, पाणीपुरवठा, खनिजे व ऊर्जा साधने यांचा समावेश होतो.

**(अ) प्राकृतिक रचना / भूरचना (Physiography) :** प्राकृतिक रचनेचा लोकसंख्येच्या वितरणावर फार मोठा परिणाम होतो. प्राकृतिक रचनेत पर्वत, पठारे, मैदान यांचा समावेश होतो. पर्वतीय प्रदेश हे मानवी जीवनासाठी प्रतिकूल असल्याने लोकसंख्या कमी आढळते. कारण पर्वतीय प्रदेश हे ओबड-धोबड भूपृष्ठ, तीव्र उतार, घनदाट जंगल, अपरिपक्व मृदा, प्रदेशाची दुर्गमता असल्यामुळे लोकसंख्येचे वितरण विरळ आढळते. उदा., अमेरिकेतील रॉकी, दक्षिण अमेरिकेतील अँडीज, युरोपमधील आल्प्स, आफ्रिकेतील किलीमांजारो, आशियातील हिमालय पर्वत इत्यादी पर्वतीय प्रदेश.

पर्वतीय प्रदेशाच्या मानाने पठारी प्रदेश हे मानवी जीवनास थोडे अनुकूल असतात त्यामुळे लोकसंख्येचे वितरण मध्यम स्वरूपाचे आढळते. जगातील काही पठारी प्रदेशात खनिजसंपत्ती व सुपीक जमिनीमुळे शेतीचा विकास होऊन लोकसंख्या थोडी जास्त आढळते. उदा., दख्खनचे पठार, आफ्रिकेचे पठार, कोलंबियाचे पठार, ब्राझीलचे पठार तर जगातील काही पठारी प्रदेशात लोकसंख्या विरळ आढळते. उदा., तिबेटचे पठार, पामीरचे पठार, सैबेरियाचे पठार इत्यादी.

मैदानी प्रदेश हे मानवी जीवनासाठी अनुकूल असल्याने लोकसंख्या सर्वांत जास्त आढळते. कारण सपाट व समतल भूप्रदेश, सुपीक जमीन, मुबलक पाणीपुरवठा, प्रदेशाची सुगमता, औद्योगिक विकास इ. मुळे लोकसंख्या जास्त आढळते. उदा., भारतातील गंगा, सिंधू, ब्रह्मपुत्रेचे मैदान, चीनमधील यांगत्सी कँग, यांगत्से, हो-यँग-हो नदीचे मैदान, इजिप्तमधील नाईल नदीचे मैदान इ. याउलट काही मैदानी प्रदेश प्रतिकूल असल्याने तेथे अत्यंत कमी लोकसंख्या आढळते. उदा., सहारा व टुंड्राचे मैदान.

**(ब) हवामान (Climate) :** हवामान हा देखील लोकसंख्येच्या वितरणावर परिणाम करणारा महत्त्वाचा घटक आहे. ज्या प्रदेशात हवामान अनुकूल असते तेथे लोकसंख्या दाट आढळते. याउलट, ज्या प्रदेशात हवामान प्रतिकूल असते तेथे लोकसंख्या विरळ आढळते. ज्या प्रदेशात हवामान अनुकूल आहे तेथे शेती, उद्योगधंदे, व्यापार, वाहतूक व दळणवळणाचा विकास होतो. तेथे लोकसंख्या जास्त आढळते. उदा., मोसमी हवामान, भूमध्यसागरी हवामान, पश्चिम युरोपीय हवामान.

जेथे हवामान प्रतिकूल असते तेथे लोकसंख्या विरळ आढळते. अतिउष्ण, अतिशीत, अतिपर्जन्याचे प्रदेश इत्यादी प्रदेशांत लोकसंख्या फारच विरळ आढळते. उदा., सहारा, कलहारी, थर, अटाकामा, इत्यादी वाळवंटी प्रदेश, अलास्का, सैबेरिया, ग्रीनलँड, अंटार्क्टिका इत्यादी. टुंड्रा हवामानाचा प्रदेश, इत्यादी प्रदेशांत लोकसंख्या विरळ आढळते.

**(क) जमीन किंवा मृदा (Soil) :** जमीन ही एक महत्त्वाची नैसर्गिक साधनसंपत्ती आहे. जमिनीवरच मानवाचा शेती हा व्यवसाय अवलंबून आहे. ज्या प्रदेशात जमीन

सुपीक असते तेथे शेतीचा विकास होतो. तेथे अन्नधान्य व कृषी मालाचे उत्पादन मोठ्या प्रमाणात झाल्याने कृषीवर आधारित उद्योगधंद्यांचा विकास होतो. म्हणून सुपीक जमिनीच्या प्रदेशात लोकसंख्या दाट आढळते. उदा., गाळाची मृदा, काळी मृदा, इत्यादी. याउलट ज्या प्रदेशात जमीन नापीक असते त्या प्रदेशात लोकसंख्या विरळ आढळते. उदा., वाळवंटी मृदा, पर्वतीय मृदा इत्यादी.

(ड) **पाणीपुरवठा ( Supply of Water)** : मानवी जीवनात पाण्याला अत्यंत महत्त्वाचे स्थान आहे. मानवाला पिण्यासाठी, शेतीसाठी, घरगुती वापरासाठी, उद्योगधंद्यासाठी, जलविद्युतनिर्मितीसाठी, जलसिंचनासाठी, पाण्याची नितांत गरज असते. याच कारणामुळे प्राचीन संस्कृतीचा उदय व विकास नद्यांच्या खोऱ्यात झाला आहे. उदा., रावी नदीकाठी हडप्पा, सिंधू नदीकाठी मोहोजोंदडो, नाईल नदीकाठी इजिप्शियन, युफ्राटिस व तैग्रीस नदीकाठी ग्रीक संस्कृती, ऱ्हाईन नदीकाठी युरोपियन संस्कृती, पो नदीकाठी इटालियन संस्कृती, हो-यँग-हो-नदीकाठी चिनी संस्कृती इत्यादी.

याउलट, ज्या प्रदेशात पाण्याचे दुर्भिक्ष असते तेथे लोकसंख्या विरळ आढळते. उदा., उष्ण वाळवंटी प्रदेश.

(इ) **नैसर्गिक वनस्पती (Natural Vegetation)** : नैसर्गिक वनस्पती प्रत्यक्ष व अप्रत्यक्ष मानवासाठी उपयुक्त असतात. नैसर्गिक वनस्पतीवर लाकूडतोड, कागदनिर्मिती, फर्निचरनिर्मिती, काडीपेटी, जहाजबांधणीनिर्मिती, वन्यपदार्थ संकलन, इत्यादी. उद्योग अवलंबून असतात. म्हणून आर्थिकदृष्ट्या महत्त्वाच्या जंगलात लोकसंख्या जास्त आढळते. उदा., तैगा अरण्याचे प्रदेश, समशीतोष्ण जंगलाचे प्रदेश. तर याउलट घनदाट जंगलव्याप्त व वनस्पतीविरहित प्रदेशात लोकसंख्या विरळ आढळते. उदा., उष्ण कटिबंधीय घनदाट जंगलाचा प्रदेश, उष्ण वाळवंटी प्रदेश इत्यादी.

(ई) **खनिजे व ऊर्जा साधने (Mineral and Power Resources)** : लोहखनिज, मँगनीज, बॉक्साइट, चांदी, सोने, युरेनियम, इत्यादी खनिजे व दगडी कोळसा, खनिज तेल, नैसर्गिक वायू, इत्यादी ऊर्जा साधने ज्या प्रदेशांत मुबलक प्रमाणात साठे आढळतात त्या प्रदेशात लोकसंख्या जास्त आढळते. उदा., ऑस्ट्रेलियातील कुलगार्डी व कालगुर्डी, भारतातील छोटा नागपूरचे पठार, जर्मनीतील ऱ्हूर प्रदेश, संयुक्त संस्थानातील पंचमहासरोवरे इत्यादी.

**(2) आर्थिक घटक (Economic Factor) :** आर्थिक घटकांचा लोकसंख्येच्या वितरणावर फार मोठा परिणाम होतो. आर्थिक घटकामध्ये औद्योगिक विकास, वाहतूक व दळणवळणाची साधने, व्यापार, जलसिंचनाची साधने, खाणकाम, नागरिकीकरण या घटकांचा समावेश होतो.

**(अ) औद्योगिक विकास (Industrial Development) :** औद्योगिक विकास हा लोकसंख्येच्या वितरणावर परिणाम करणारा एक महत्त्वाचा आर्थिक घटक आहे. औद्योगिक विकासामुळे लोकांना रोजगार उपलब्ध होतो. लोकांचे राहणीमान सुधारते. त्यामुळे विविध प्रदेशातील लोक औद्योगिक प्रदेशात केंद्रित होतात. त्यामुळे अशा भागात लोकवस्ती वाढत जाऊन लोकसंख्या वाढते. उदा., जपानमधील ओसाका, कोबे, याकोहामा औद्योगिक प्रदेश, रशियातील मॉस्को-तुला-गार्की, जर्मनीतील ऱ्हूर, व ऱ्हाईन प्रदेश, ग्रेट ब्रिटनमधील मँचेस्टर, संयुक्त संस्थानातील न्यूयॉर्क ते फिलाडेल्फिया औद्योगिक पट्टा, भारतातील मुंबई-पुणे, दिल्ली-अंबाला-मीरत, मदुराई-कोईमतूर, अहमदाबाद-बडोदा, कलोल-अंकलेश्वर, हुगळी औद्योगिक प्रदेश इत्यादी औद्योगिक प्रदेशात लोकसंख्या दाट आढळते.

**(ब) वाहतूक व दळणवळणाची साधने (Mode of Transportation and Communication) :** कोणत्याही प्रदेशाच्या आर्थिक विकासात वाहतूक व दळणवळण साधनांचे अनन्यसाधारण महत्त्व असते. ज्या प्रदेशात वाहतूक व दळणवळण साधनांचा विकास होतो तेथे लोकसंख्या दाट आढळते. कारण वाहतुकीच्या साधनाने प्रवासी, कृषीमाल, खनिजांची वाहतूक होते. त्यामुळे शेती, उद्योग, व्यापार व पर्यटन व्यवसायाचा विकास होतो. उदा., ट्रान्स सैबेरियन रेल्वेमार्गामुळे सैबेरियन प्रदेशाचा विकास, कोकण रेल्वेमुळे कोकणचा विकास, भारतीय मैदानी प्रदेशातील रेल्वेमार्गामुळे, संयुक्त संस्थानातील पंचमहासरोवरातील जलवाहतुकीमुळे औद्योगिक विकास, भारतातील पूर्व व पश्चिम किनारपट्टीवरील बंदरांमुळे लोकसंख्या दाट आढळते. तर याउलट जेथे वाहतुकीची साधने अपुरी असतात तेथे लोकसंख्या कमी आढळते. उदा., अति उंच पर्वतीय प्रदेश, वाळवंटी प्रदेश, घनदाट जंगलाचा प्रदेश इत्यादी.

**(क) व्यापार (Trade) :** उत्पादन, वितरण व विनिमय केंद्रे असणाऱ्या ठिकाणी व्यापाराचा विकास होतो. ज्या प्रदेशात व्यापारी केंद्राचा विकास झाला आहे. तेथे

लोकवस्ती दाट आढळते. उदा., भारतातील मुंबई, दिल्ली, कोलकाता, चेन्नई, ग्रेट ब्रिटनमधील लंडन, लिव्हरपूल व मँचेस्टर, संयुक्त संस्थानातील न्यूयॉर्क, बोस्टन, शिकागो इ. चीनमधील शांघाय, जपानमधील टोकिओ, रशियातील मॉस्को, फ्रान्समधील पॅरिस इत्यादी. अशा व्यापारी केंद्रांच्या ठिकाणी आसपासच्या प्रदेशातील माल केंद्रित व विकेंद्रित होतो. अशा ठिकाणी लोकांना रोजगार मिळतो. त्यामुळे लोकसंख्या दाट आढळते.

(ड) **जलसिंचनाची साधने (Mode of Irrigation)** : जलसिंचनाच्या साधनांमध्ये धरणे, कालवे, तलाव, सरोवर इत्यादींचा समावेश होतो. ज्या प्रदेशात या साधनांची प्रगती होते तेथे शेती व उद्योगधंद्याचा विकास झाल्यामुळे लोकसंख्या दाट आढळते. उदा., भारतातील गंगा, सिंधू, सतलज, नर्मदा, गोदावरी, कृष्णा, ब्रह्मपुत्रा इ. इजिप्तमधील नाईल, पाकिस्तानातील सिंधू, युरोपातील ऱ्हाईन, संयुक्त संस्थानातील मिसिसिपी, मिसुरी, चीनमधील हो-यँग-हो, यांगत्सी कँग, इत्यादी नद्यांच्या खोऱ्यात जलसिंचनाच्या सुविधांमुळे लोकसंख्या दाट आढळते.

(इ) **खाणकाम (Mining)** : ज्या प्रदेशात खनिजे व ऊर्जा साधनांचे साठे मोठ्या प्रमाणात उपलब्ध असतात अशा प्रदेशात खाणकाम व उद्योगधंद्याची प्रगती होते. अशा प्रदेशात लोकसंख्या जास्त आढळते. उदा., भारतातील छोटा नागपूरचे पठार, जर्मनीतील ऱ्हूर प्रदेश, संयुक्त संस्थानातील अॅपेलेशियन पर्वत, दक्षिण आफ्रिकेतील केपटाऊन, जोहान्सबर्ग, ऑस्ट्रेलियातील मरे-डार्लिंग.

(उ) **शहरीकरण (Urbanization)** : ग्रामीण वस्तीचे रूपांतर नगरामध्ये होते त्या क्रियेस शहरीकरण असे म्हणतात. नगरामध्ये रोजगाराच्या संधी, सेवा-सुविधांची उपलब्धता, करमणूक व मनोरंजनाची साधने, व्यापार, उच्च राहणीमान इत्यादी घटकांमुळे लोकसंख्या केंद्रित होते. उदा., मुंबई, दिल्ली, कोलकाता, चेन्नई, टोकियो, शांघाय, लंडन, मॉस्को, मेलबर्न, कोलंबो, इत्यादी.

**(3) सामाजिक व सांस्कृतिक (Social and Cultural Factor)** : सामाजिक व सांस्कृतिक घटकांचाही लोकसंख्येच्या वितरणावर परिणाम होतो. सामाजिक रूढी, परंपरा व त्याची बंधने, मूलतत्त्वे इत्यादी घटक समाजावर नियंत्रण करीत असतात. ज्या प्रदेशामध्ये मूलभूत सेवासुविधांबरोबरच आरोग्याच्या सेवा, शिक्षणाच्या सुविधा उपलब्ध असलेल्या ठिकाणी लोकसंख्या दाट आढळते. उदा., पुणे, कोलकाता, मुंबई, केंब्रिज, ऑक्सफर्ड, हॉवर्ड इत्यादी.

ज्या प्रदेशात उच्च आचार-विचार, सर्वांगीण प्रगती, मानवी कल्याण, भावना, जबाबदाऱ्या, कर्तव्ये यांची पूर्ण जाणीव ठेवून विज्ञान, शिक्षणाच्या, कलागुणांच्या कौशल्याचा योग्य वापर केला जाईल अशा ठिकाणी मानवी संस्कृतीचा विकास होतो. अशा संस्कृतीचा विकास झालेल्या प्रदेशात लोकसंख्या वाढत जाते.

**(4) धार्मिक (Religious) :** धार्मिक घटकांचाही प्रभाव लोकसंख्येच्या वितरणावर आढळून येतो. काही धार्मिक कारणांमुळे लोकसंख्यावाढ होते. त्यामुळे लोकसंख्या वितरणात विविधता आढळते. उदा., इस्लाम धर्मातील बहुपत्नीत्व, हिंदू धर्मातील बालविवाह, मुलगा वंशाचा दिवा इत्यादी प्रथांमुळे लोकसंख्या वाढते. तसेच संरक्षणाच्या दृष्टीने विशिष्ट धर्माचे लोक एकत्रित येऊन राहतात. अशा प्रदेशात लोकसंख्या वाढत जाते. त्यामुळेच ढाका ते मक्का या अरब प्रदेशात इस्लामधर्मीयांची लोकसंख्या आढळते. तसेच हिंदू बाहुल धार्मिक तीर्थक्षेत्राच्या ठिकाणी हिंदूंची लोकसंख्या जास्त आढळते.

**(5) ऐतिहासिक (Historical) :** ऐतिहासिक घटकांचा परिणाम लोकसंख्येच्या वितरणावर मर्यादित स्वरूपात होतो. काही ऐतिहासिक प्रसिद्ध घटनांमुळे ठिकाणे नावारूपाला येतात त्यामुळे त्या ठिकाणाचे ऐतिहासिक महत्त्व वाढून लोकसंख्या वाढते. उदा., पानिपत (हरियाणा), प्लासी (मध्य प्रदेश), औरंगाबाद, पुणे (महाराष्ट्र), कोलकाता (पश्चिम बंगाल), आग्रा, दिल्ली, उत्तर प्रदेश, विजापूर (कर्नाटक), पॅरिस (फ्रान्स), लंडन (इंग्लंड), वाटर्लू (इटली). तसेच ऐतिहासिक काळातील राजधान्या, किल्ले, राजवाडे, युद्धभूमी, इत्यादी ठिकाणीही ऐतिहासिक महत्त्वामुळे लोकसंख्या दाट आढळते.

**(6) राजकीय (Political) :** राजकीय घटकांचाही कमी-अधिक प्रमाणात लोकसंख्येच्या वितरणावर परिणाम होतो. ज्या प्रदेशात अशांतता निर्माण होते तेथे युद्ध, भांडण-तंटे, लोकांचे अस्थिर जीवन यामुळे अशा प्रदेशात लोकसंख्या विरळ आढळते. उदा., भारत - पाकिस्तान सीमा, पाकिस्तान - अफगाणिस्तान, उत्तर कोरिया - दक्षिण कोरिया, पूर्व जर्मनी - पश्चिम जर्मनी तर याउलट स्थिर शासन असलेल्या प्रदेशात शांतता व स्थैर्य प्राप्त होऊन तेथे सामाजिक, आर्थिक, शैक्षणिक विकास होत असल्याने लोकसंख्या दाट आढळते. तसेच ज्या देशाचे परकीय धोरण हे समाजविकासाला पोषक असेल तर तेथे लोकवस्ती वाढून लोकसंख्या वाढते. उदा., भारत, श्रीलंका, बांग्लादेश, म्यानमार, संयुक्त संस्थाने, ग्रेट ब्रिटन, इत्यादी. याशिवाय विविध जैविक, लोकसंख्याशास्त्रीय घटकांचाही लोकसंख्या वितरणावर परिणाम होतो.

# 3.3 जागतिक लोकसंख्येचे वितरण
## (Distribution of World Population)

लोकसंख्येचे जागतिक वितरण म्हणजे लोकसंख्येचे पृथ्वीवरील विभाजन किंवा क्षेत्रीय वितरण होय. लोकसंख्येचे जागतिक वितरण हे विषम स्वरूपाचे आहे. कारण लोकसंख्येच्या वितरणावर अनेक घटकांचा परिणाम होतो. यामुळे जगाच्या काही भागात जास्त लोकसंख्या व काही भागात कमी लोकसंख्येचे वितरण झालेले आढळते.

**खंडानुसार लोकसंख्येचे वितरण (2019) :**

| क्र. | खंड | लोकसंख्या | क्षेत्रफळ (लाख चौ.कि.मी.) | टक्केवारी | घनता |
|---|---|---|---|---|---|
| 1. | आशिया | 460 कोटी | 445 | 61.33 | 103.37 |
| 2. | आफ्रिका | 131 कोटी | 303 | 17.47 | 43.23 |
| 3. | युरोप | 75 कोटी | 105 | 10.00 | 71.43 |
| 4. | दक्षिण अमेरिका | 43 कोटी | 178 | 5.73 | 24.15 |
| 5. | उत्तर अमेरिका | 37 कोटी | 242 | 4.93 | 15.29 |
| 6. | ओशिनिया | 04 कोटी | 78 | 0.54 | 5.13 |
| | | **750 कोटी** | **1351** | **100%** | |

जगात लोकसंख्या व लोकसंख्येची घनता आशिया खंडात सर्वांत जास्त म्हणजे 61.33% आहे तर सर्वांत कमी लोकसंख्या व लोकसंख्येची घनता ओशिनिया खंडात आहे.

लोकसंख्येचे वितरण हे लोकसंख्येच्या घनतेवरून सांगितले जाते. एखाद्या प्रदेशातील एकूण लोकसंख्या व त्या प्रदेशाचे एकूण क्षेत्रफळ यांच्या गुणोत्तरास लोकसंख्येची घनता असे म्हणतात. लोकसंख्येची घनता ही दर चौरस किलोमीटरला किती लोकसंख्या राहते यावरून व्यक्त केली जाते. लोकसंख्येची घनता काढण्यासाठी पुढील सूत्राचा उपयोग केला जातो.

**सूत्र :**

$$\text{लोकसंख्येची घनता (दर चौ.कि.मी.)} = \frac{\text{एकूण लोकसंख्या}}{\text{एकूण क्षेत्र (चौ.कि.मी.)}}$$

लोकसंख्येच्या घनतेच्या आधारे, जागतिक लोकसंख्येचे वितरण हे दाट (जास्त), मध्यम व विरळ (कमी) असे तीन भागात केले जाते.

**(1) दाट किंवा जास्त लोकसंख्येचे /घनतेचे प्रदेश :** (दर चौ.कि.मी. ला 200 पेक्षा अधिक घनता) जगाच्या काही प्रदेशात लोकसंख्येची घनता दाट आढळते. परंतु असे प्रदेश जगात कमी आहेत. ज्या ठिकाणी प्राकृतिक रचना, हवामान, जमीन, खनिजे, पाणीपुरवठा इत्यादी घटक अनुकूल असतात त्या ठिकाणी लोकसंख्येची घनता जास्त आढळते. जगाच्या ज्या प्रदेशात शेतीबरोबरच उद्योगधंद्यांचा विकास झालेला आहे त्या प्रदेशात दाट लोकसंख्या आढळते.

**(अ) कृषीप्रधान दाट लोकसंख्येचे प्रदेश :** यामध्ये प्रामुख्याने मोसमी हवामानाचे प्रदेश व भूमध्य सामुद्रिक हवामानाच्या प्रदेशाचा समावेश होतो. मोसमी हवामान प्रदेशातील चीन, भारत, पाकिस्तान, म्यानमार, बांगलादेश, श्रीलंका, कोरिया, नेपाळ, भूतान इत्यादी देशांचा समावेश होतो. यामध्ये भारतातील गंगा, ब्रह्मपुत्रा, सिंधू, नद्यांचा मैदानी प्रदेश, चीनमधील हो-यँग-हो, यांगत्से, यांगत्सिकँग, म्यानमारमधील इरावती, पाकिस्तानातील सिंधू इत्यादी सुपीक गाळाच्या मैदानी प्रदेशांमुळे शेतीचा विकास मोठ्या प्रमाणात झाला आहे. या प्रदेशात सरासरी लोकसंख्येची घनता 200 पेक्षा अधिक आहे तर काही देशात याहीपेक्षा लोकसंख्येची घनता जास्त आढळते. आशिया खंडातील बांगला देशात दर चौ.कि.मी.ला 1253, भारतात 460, पाकिस्तान 281, श्रीलंका 340, नेपाळ 202 या देशांत लोकसंख्येची घनता 200 पेक्षा जास्त आहे.

**(ब) उद्योगप्रधान दाट लोकसंख्येचे प्रदेश :** यामध्ये जर्मनी, ग्रेट ब्रिटन, फ्रान्स, बेल्जिअम, डेन्मार्क, स्पेन, रशिया (युरोपीय) पोलंड, इटली, जपान, कॅनडा, संयुक्त संस्थाने पूर्व व ईशान्य भाग इत्यादी देशांचा समावेश होतो. वरील देशांमध्ये खनिजाची उपलब्धता, वाहतूक व दळणवळण साधनांचा विकास, भांडवल पुरवठा, विज्ञान व तंत्रज्ञानाचा विकास, नागरिकीकरण, उच्च राहणीमान, दरडोई उत्पादन जास्त इत्यादी कारणांमुळे लोकसंख्येची घनता जास्त आढळते. जगातील औद्योगिक देशात ग्रेट ब्रिटनमध्ये 279, जर्मनीत 240, इटलीमध्ये 206, नेदरलँड 507, जपानमध्ये 348, तसेच औद्योगिक पट्ट्यात लोकसंख्येची घनता दर चौ.कि.मी. ला 1000 ते 2000 पर्यंत आढळते.

**जागतिक लोकसंख्येचे वितरण नकाशा**

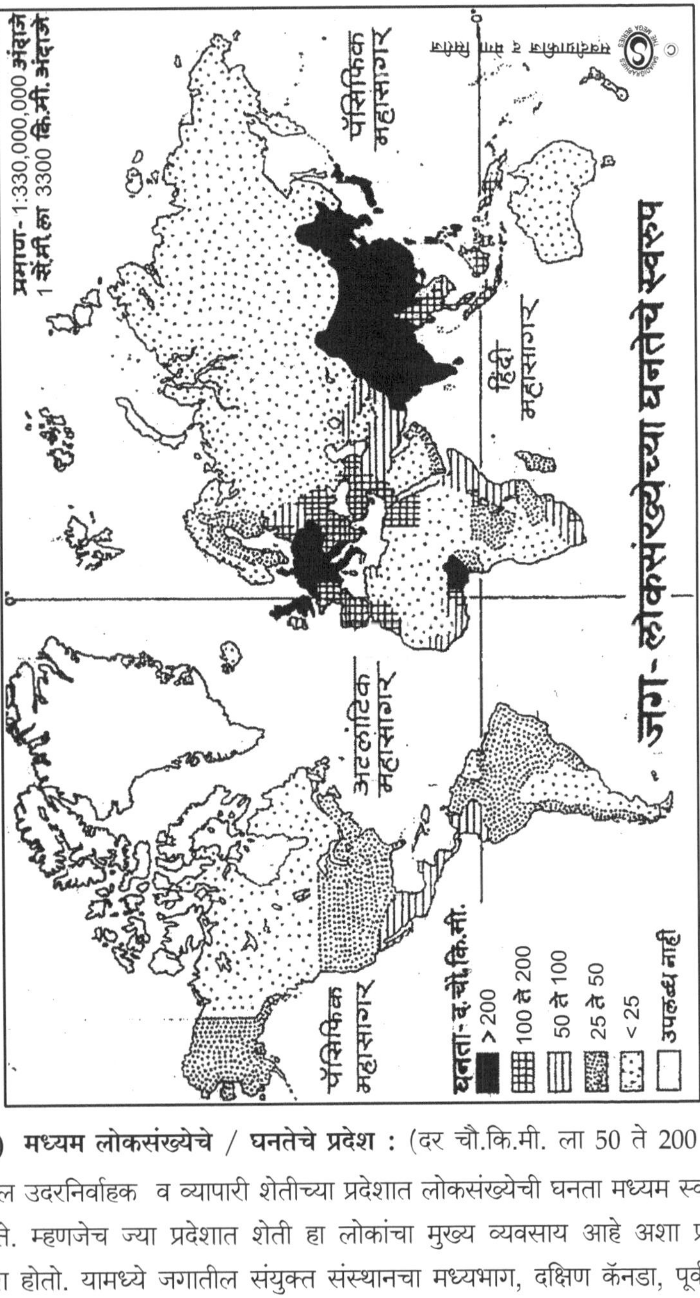


**(2) मध्यम लोकसंख्येचे / घनतेचे प्रदेश :** (दर चौ.कि.मी. ला 50 ते 200 घनता) जगातील उदरनिर्वाहक व व्यापारी शेतीच्या प्रदेशात लोकसंख्येची घनता मध्यम स्वरूपाची आढळते. म्हणजेच ज्या प्रदेशात शेती हा लोकांचा मुख्य व्यवसाय आहे अशा प्रदेशाचा समावेश होतो. यामध्ये जगातील संयुक्त संस्थानचा मध्यभाग, दक्षिण कॅनडा, पूर्व युरोप, आफ्रिकेचा उष्ण कटिबंधीय प्रदेश, दख्खनचे पठार, मध्य चीन, नैर्ऋत्य रशिया,

मेक्सिकोचा दक्षिण भाग, ब्राझीलचा पूर्व व ईशान्य भाग, चिलीचा मध्यभाग इत्यादी प्रदेशात लोकसंख्येची घनता मध्यम स्वरूपाची आढळते. या प्रदेशात शेतीबरोबर लाकूडतोड, मासेमारी, पशुपालन, खाणकाम इत्यादी व्यवसायांचा विकास झालेला असल्याने येथे लोकसंख्येची घनता मध्यम स्वरूपाची आढळते.

**(3) कमी किंवा विरळ लोकसंख्येचे/घनतेचे प्रदेश :** (दर चौ.कि.मी. ला 50 पेक्षा कमी घनता) जगातील ज्या प्रदेशात भौगोलिक परिस्थिती प्रतिकूल स्वरूपाची असते अशा प्रदेशात लोकसंख्येची घनता कमी आढळते. जगातील अतिउष्ण, अतिशीत, अतिउंच, घनदाट जंगले, इत्यादी प्रदेशांत लोकसंख्या विरळ आढळते.

**(अ) जगातील अतिउष्ण वाळवंटी प्रदेश :** जगातील अतिउष्ण वाळवंटी प्रदेशातील सहारा, कलहारी, अटाकामा, थरचे वाळवंट, गोबीचे वाळवंट, कोलोरॅडो, अरबस्तान, ताकालामाकनचे वाळवंट, पश्चिम ऑस्ट्रेलियाचे वाळवंट इत्यादी वाळवंटी प्रदेशात अति जास्त तापमान व कमी पर्जन्य या प्रतिकूल हवामानामुळे लोकसंख्येची घनता विरळ आढळते.

**(ब) अतिशीत ध्रुवीय प्रदेश :** जगातील अलास्का, सैबेरिया, ग्रीनलँड, अंटार्क्टिका, उत्तर ध्रुवीय प्रदेश इत्यादी प्रदेशांचा यामध्ये समावेश होतो. या प्रदेशात तापमानाचे प्रमाण अतिशय कमी, हिमाच्छादित भाग व उदरनिर्वाह साधनांच्या अभावामुळे लोकसंख्येची घनता विरळ आढळते. तर अंटार्क्टिका खंड हा जवळजवळ निर्मनुष्य आहे.

**(क) अतिउंच पर्वतीय प्रदेश :** यामध्ये रॉकी, अँडीज, हिमालय, आल्प्स, किलीमांजारो इत्यादी पर्वतीय प्रदेशांचा समावेश होतो. या प्रदेशात तीव्र उतार, प्रदेशाची दुर्गमता, ओबडधोबड भूपृष्ठरचना, अपरिपक्व मृदा, हिमवृष्टी इत्यादी कारणांमुळे हे प्रदेश मानवी जीवनासाठी अनुकूल नसतात. म्हणून या प्रदेशात लोकसंख्येची घनता विरळ आढळते.

**(4) घनदाट जंगलाचा प्रदेश :** यामध्ये विषुववृत्तीय घनदाट जंगलाचा प्रदेश, ॲमेझॉन, कांगो व झैरे नदीच्या खोऱ्यात घनदाट जंगलाचा प्रदेश, बोर्निओ व न्यू गिनीचा जंगल भाग इत्यादी प्रदेशांचा समावेश होतो. येथे दमट व रोगट हवामान, दलदलयुक्त जमीन, अतिपर्जन्य, उपद्रवी कीटक इत्यादी कारणांमुळे हे प्रदेश मानवी जीवनास प्रतिकूल असतात. त्यामुळे लोकसंख्येची घनता विरळ आढळते.

## 3.4 लोकसंख्या संक्रमण सिद्धान्त
## (Demographic Transition Theory)

लोकसंख्यावाढविषयक सिद्धान्तात एक महत्त्वाचा सिद्धान्त आहे. लोकसंख्या संक्रमण ही संकल्पना सर्वप्रथम फ्रँक डब्ल्यू. नॉटेस्टाईन यांनी मांडली. ''लोकसंख्या बदलाचे जे चक्र सुरू असते त्यास लोकसंख्या संक्रमण असे म्हटले जाते.'' कोणत्याही देशामध्ये जसे सामाजिक व आर्थिक बदल होऊ लागतात तसेच त्याच्या जन्म व मृत्युदरावरही परिणाम होऊ लागतो व त्याचा लोकसंख्यावाढीवर परिणाम होऊ लागतो. या बदलालाच लोकसंख्या संक्रमण असे म्हणतात. या सिद्धान्ताचे मूळ विवेचन डब्ल्यू.एस.थॉमसन आणि फ्रँक डब्ल्यू, नॉटेस्टाईन यांनी 1929 मध्ये केले. युरोप, अमेरिका व ऑस्ट्रेलियातील जननदर व मृत्युदर प्रवृत्तीच्या आधारे हा सिद्धान्त मांडला.

एखाद्या शेतीप्रधान व निरक्षर समाजाचे जेव्हा शहरी, औद्योगिक, साक्षर आणि आधुनिक समाजामध्ये रूपांतर होते तेव्हा उच्च जनन व मृत्युदरापासून ते कमी होत जाणारा जनन व मृत्युदरापर्यंत लोकसंख्याविषयक बदल कसकसे घडून येतात त्याची एक विशिष्ट रचना या सिद्धान्तात मांडली गेली आहे.

**गृहीतके :**

1. जननदरात घट होण्याअगोदर मृत्युदरात घट होते.
2. कालांतराने जन्मदर मृत्युदराइतका कमी होतो.
3. लोकसंख्याविषयक बदल होत असतानाच समाजात आर्थिक व सामाजिक बदलही होत असतात.
4. लोकसंख्यावाढीच्या अवस्था सुरुवातीला मंद, नंतर जलद व स्फोटक नंतर पुन्हा मंद वाढ व शेवटी स्थिर वाढ होत असते.

**सिद्धान्ताचे विवेचन :** लोकसंख्यावाढ ही जन्मदर व मृत्युदरावर अवलंबून असते. लोकसंख्यावाढ स्थिर होणे, जास्त होणे किंवा कमी होणे हे जन्मदर व मृत्युदराच्या बदलावर अवलंबून असते. हा बदल काळानुरूप असतो. लोकसंख्या संक्रमणाच्या तीन अवस्था केल्या जातात. या अवस्थेतून जगातील प्रत्येक देश मार्गक्रमण करीत असतो.

**(1) प्रथम अवस्था किंवा संक्रमणपूर्व अवस्था (Pre Transition Stage) :** लोकसंख्या संक्रमणाच्या पहिल्या अवस्थेत जन्म व मृत्युदर या दोन्हीचेही प्रमाण जास्त असते. यामुळे या अवस्थेत लोकसंख्यावाढीचा वेग कमी असतो.

**वैशिष्ट्ये :**

(अ) या अवस्थेत जन्म व मृत्युदर दोन्हीही 35 पेक्षा जास्त असतो पण साथीचे रोग आणि बदलता अन्नपुरवठा यामुळे मृत्युदर अनियमित असतो.

(ब) या काळात उत्पादन पद्धती अकार्यक्षम असते.

(क) ही अवस्था सामान्यपणे कृषीप्रधान देशात आढळते म्हणजेच या अवस्थेत प्राथमिक स्वरूपाची अर्थव्यवस्था असते.

(ड) या अवस्थेतील देशात लोकसंख्येची घनता कमी असते.

(इ) मोठ्या आकाराची कुटुंबे लाभदायक मानली जातात.

(ई) या अवस्थेत विज्ञान व तंत्रज्ञानाची प्रगती कमी असते.

(उ) निकृष्ट आहार, वैद्यकीय सुविधांचा अभाव, स्वच्छतेचा अभाव या कारणांमुळे मृत्युदराचे प्रमाण या अवस्थेत जास्त असते. तसेच दुष्काळ, पूर व इतर नैसर्गिक आपत्तीमुळे मृत्युदराचे प्रमाण वाढते.

(ऊ) बालविवाह, अंधश्रद्धा, रूढी, परंपरा, दैववादी, मुलगा वंशाचा दिवा, दारिद्र्य, निरक्षरता इत्यादी कारणांमुळे या अवस्थेत जन्मदर जास्त असतो.

या अवस्थेत आफ्रिकेतील केनिया, झांबिया, इथिओपिया, युगांडा, टांझानिया इत्यादी देशांचा समावेश होतो.

**(2) द्वितीय अवस्था किंवा संक्रमणावस्था (Transition Stage) :** या लोकसंख्या संक्रमणाच्या अवस्थेत आर्थिक विकासाला सुरुवात झालेली असते, मृत्युदराचे प्रमाण कमी झालेले असते, परंतु त्यामानाने जन्मदर मात्र फारसा कमी झालेला नसतो. त्यामुळे लोकसंख्येत वाढ होते.

**वैशिष्ट्ये :**

(अ) या अवस्थेत 30 पेक्षा जास्त असणारा व हळूहळू कमी होत जाणारा जननदर आणि 15 दरापर्यंत जलद वेगाने घसरणारा मृत्युदर आढळतो.

(ब) जन्मदर व मृत्युदर यांच्यात मोठी तफावत निर्माण होते.

(क) या अवस्थेत आरोग्यविषयक व औषधोपचार सोईमुळे मृत्युदर झपाट्याने कमी होत जातो.

(ड) या अवस्थेत औद्योगिकीकरण, नागरिकीकरण व आधुनिकीकरण या प्रक्रिया स्पष्ट होत जातात.

(इ) विभक्त कुटुंब पद्धतीकडे लोकांचा ओढा असतो.

(ई) या अवस्थेत राहणीमानाचा दर्जा उंचावतो व दरडोई उत्पन्नही वाढू लागते.

(उ) आरोग्यविषयक सुविधा वाढल्याने लोकांचे आयुर्मानही वाढत जाते.

(ऊ) या अवस्थेत लोकसंख्येचा विस्फोट झाल्याने या लोकसंख्येचा साधनसंपत्तीवर ताण पडतो. शिवाय मोठी लोकसंख्या ही आर्थिक विकासातील अडसर बनते.

(ए) या अवस्थेत विज्ञान-तंत्रज्ञानामध्ये प्रगती व साक्षरतेचा दर वाढतो.

या अवस्थेत जगातील विकसनशील देशांचा समावेश होतो. यामध्ये भारत, पाकिस्तान, श्रीलंका, म्यानमार, इंडोनेशिया, व्हिएतनाम, चीन, इजिप्त, ब्राझील, इराण, कोलंबिया, कोरिया, व्हेनेझुएला, पेरू, चिली, अर्जेंटिना, इत्यादी देशांचा समावेश होतो.

**(3) तृतीय अवस्था किंवा संक्रमणोत्तर अवस्था (Post Transition Stage) :** लोकसंख्या संक्रमणाची ही तिसरी व शेवटची अवस्था होय. या अवस्थेत पहिल्या अवस्थेप्रमाणेच जन्म व मृत्युदर दोन्हीमध्ये घट होऊन समान पातळीवर येऊ लागतात. त्यामुळे लोकसंख्या खूपच कमी किंवा स्थिर असते.

**वैशिष्ट्ये :**

(अ) या अवस्थेत औद्योगिकीकरण व नागरिकीकरणाचा विकास झाल्यामुळे उच्च शिक्षण पातळी व साक्षरतेचे प्रमाण उच्च दर्जाचे असते.

(ब) या अवस्थेत लोकांचा राहणीमानाचा दर्जा उच्च असतो.

(क) या अवस्थेत लोकांचे दरडोई उत्पन्न जास्त असते.

(ड) या अवस्थेत जाणीवपूर्वक कुटुंबनियोजन करून लोकसंख्या नियंत्रणात आणली जाते.

(इ) श्रमाचे विशेषीकरण मोठ्या प्रमाणात या अवस्थेत होत जाते.

(ई) या अवस्थेत देशाची अर्थव्यवस्था ही उद्योगप्रधान असते.

(उ) या अवस्थेत विज्ञान व तंत्रज्ञानाची प्रगती अतिउच्च दर्जाची असते.

या अवस्थेत औद्योगिकदृष्ट्या विकसित देशांचा समावेश होतो. यामध्ये जपान, ग्रेट ब्रिटन, जर्मनी, फ्रान्स, स्वित्झर्लंड, ऑस्ट्रिया, फिनलँड, स्वीडन, इटली, हंगेरी, संयुक्त संस्थाने, कॅनडा, रशिया, ऑस्ट्रेलिया, न्यूझीलंड, सिंगापूर, हाँगकाँग इ. देशांचा समावेश होतो.

लोकसंख्या संक्रमण अवस्थेतून प्रत्येक देश मार्गक्रमण करीत असतो. ज्या वेळेस या तीनही अवस्था पूर्ण होतात त्या वेळेस प्रत्येक देश पुन्हा पहिल्या अवस्थेतून जाण्यास सुरुवात करतो. थोडक्यात हे एक चक्र असून ते सतत सुरू असते.

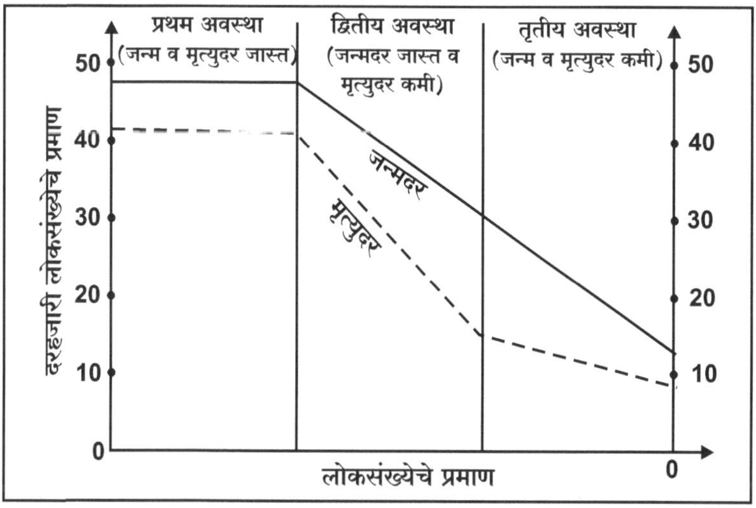


**टीकात्मक निरीक्षण :** या सिद्धान्ताचे टीकात्मक परीक्षण गुण-दोषांद्वारे करता येईल.

**गुण-फायदे :**

1. या सिद्धान्तावरून लोकसंख्येची वाढ व घट लक्षात येते.
2. या सिद्धान्तावरून लोकसंख्येची सामाजिक व आर्थिक प्रगती समजते.
3. हा सिद्धान्त लोकसंख्येचे धोरण निश्चित करताना उपयुक्त ठरतो.
4. या सिद्धान्ताने लोकसंख्यावाढ व आर्थिक विकास यांच्यातील सहसंबंध स्पष्ट होतो.

**दोष/तोटे :**

1. या सिद्धान्तात लोकसंख्या संक्रमणासाठी वेळेचा व काळाचा उल्लेख केला गेलेला नाही.
2. जन्म व मृत्युदर किती कमी होईल किंवा लोकसंख्यावाढ नेमकी किती कमी होईल यांचे अचूक असे संख्यात्मक विश्लेषण केले गेले नाही.
3. सर्वसामान्य निष्कर्ष काढण्यासाठी हा सिद्धान्त उपयोगाचा नाही.
4. लोकसंख्या संक्रमण होण्यास आर्थिक विकास आवश्यक आहे किंवा नाही हे निश्चित सांगता येत नाही.
5. केवळ आर्थिक विकासाबरोबरच मृत्युदर खाली येणे हे अशक्य आहे.
6. या सिद्धान्तावरून लोकसंख्येबाबत भविष्यकालीन अंदाज करता येत नाही.

थोडक्यात, या सिद्धान्तावर अनेक आक्षेप घेतले गेले असले तरी लोकसंख्या संक्रमणासंबंधीचा हा एक महत्त्वाचा सिद्धान्त आहे.

# 3.5 वय व लिंगसंरचना (Age and Sex Composition)

लोकसंख्येच्या अभ्यासात लोकसंख्येच्या वाढीबरोबरच लोकसंख्येच्या संरचनेला - देखील महत्त्व आहे. लोकसंख्या संरचनेच्या अभ्यासात लोकसंख्येतील व्यक्तीच्या वैशिष्ट्यामध्ये मुख्यतः वय, लिंग, धर्म, जात, भाषा, वंश, साक्षरता, शिक्षण, वैवाहिक स्थिती, उत्पन्न, व्यवसाय इत्यादी लोकसंख्याशास्त्रीय घटकांचा समावेश होतो.

## 3.5.1 वय संरचना (Age Composition)

वयसंरचना हे एक लोकसंख्येचे महत्त्वाचे वैशिष्ट्य आहे.

''कोणत्याही प्रदेशातील स्त्री-पुरुषांच्या लोकसंख्येची निरनिराळ्या वयोगटात केलेली विभागणी म्हणजे वयसंरचना होय.'' वयसंरचनेमध्ये लोकसंख्येचे वयानुसार विभाजन शेकडेवारीमध्ये केले जाते. वयसंरचनेच्या अभ्यासावरून श्रमशक्ती, जन्म व मृत्युप्रमाण, अवलंबन भार, स्थलांतर इत्यादी गोष्टींची माहिती मिळते. त्याचबरोबर कोणत्या वयोगटात किती लोकसंख्या आहे यावरून त्या प्रदेशातील लोकसंख्येचा सामाजिक व आर्थिक दर्जा समजतो. लोकसंख्या वयसंरचनेचा अभ्यास नियोजनकार, लोकसंख्याशास्त्रज्ञ, भूगोलतज्ज्ञ, समाजशास्त्रज्ञ, अर्थशास्त्रज्ञ, प्रशासन अधिकारी इत्यादी विविध क्षेत्रांतील व्यक्तींना महत्त्वाचा असतो.

**वयसंरचनेवर परिणाम करणारे घटक :** लोकसंख्येच्या वयसंरचनेवर जन्मदर, मृत्युदर व स्थलांतर या घटकांचा परिणाम होतो. त्यामुळे लोकसंख्येच्या वयसंरचनेमध्ये बदल होतो.

**(1) जन्मदर (Fertility) :** जन्मदराचा लोकसंख्येच्या वयसंरचनेवर फार मोठा परिणाम होतो. ज्या ठिकाणी जन्मदर जास्त असतो त्या ठिकाणी लोकसंख्येच्या बालके, लहान मुले व युवकांचे प्रमाण जास्त असते. तर याउलट ज्या ठिकाणी लोकसंख्येत जन्मदराचे प्रमाण कमी असते त्या ठिकाणी लोकसंख्येत बालके, लहान मुले यांचे प्रमाण कमी असते. थोडक्यात जन्मदर जास्त असल्यास लोकसंख्या वाढते आणि जन्मदर कमी असल्यास लोकसंख्या कमी होते.

**(2) मृत्युदर (Mortality) :** मृत्युदराचाही लोकसंख्येच्या वयसंरचनेवर महत्त्वाचा परिणाम होतो. ज्या प्रदेशात मृत्युदराचे प्रमाण ज्या वयोगटात जास्त असते त्या वयोगटातील लोकसंख्येचे प्रमाण कमी असते तर याउलट ज्या प्रदेशात मृत्युदराचे प्रमाण ज्या वयोगटात कमी असते त्या वयोगटातील लोकसंख्येचे प्रमाण अधिक असते.

**(3) स्थलांतर (Migration) :** स्थलांतर हा देखील वयसंरचनेवर परिणाम करणारा एक महत्त्वाचा घटक आहे. स्थलांतरामध्ये ग्रामीण नागरी स्थलांतराचे प्रमाण सर्वाधिक आहे. स्थलांतर करणाऱ्या लोकसंख्येमध्ये तरुणांचे प्रमाण सर्वाधिक आहे. रोजगाराच्या निमित्ताने तरुणांचे स्थलांतराचे प्रमाण अधिक असते. ज्या प्रदेशातून तरुणांचे स्थलांतर झालेले असते तेथील लोकसंख्येत बालके व वृद्धांचे प्रमाण अधिक असते. शिवाय स्त्रियांचे प्रमाणही अधिक असते याउलट ज्या प्रदेशात तरुणांचे स्थलांतर झालेले असते त्या लोकसंख्येत बालके व वृद्धांपेक्षा तरुणांचे प्रमाण जास्त असते शिवाय स्त्रियांचे प्रमाणही कमी असते.

## *जागतिक वयसंरचना* (World Age Composition)

लोकसंख्येतील व्यक्तीच्या वयावरून लोकसंख्येचे तीन गट केले जातात.

**(1) तरुण किंवा अल्पवयीन (Young)** : यामध्ये सर्वसाधारण 0 ते 15 वयोगटातील बालके व तरुण यांचा समावेश होतो. विकसित देशामध्ये याचे प्रमाण कमी असते तर विकसनशील व अविकसित देशामध्ये याचे प्रमाण जास्त असते. जगातील सुमारे 30 टक्के लोकसंख्या ही या वयोगटात आहे तर विकसित व विकसनशील देशात याचे प्रमाण अनुक्रमे 20 व 36% टक्के आहे. जगातील विविध देशांत या वयोगटातील लोकसंख्येचे प्रमाण कमी-जास्त आढळते.

उदा., जर्मनी (15%), इटली (14%), ग्रेट ब्रिटन (18%), फ्रान्स (17%) व भारत (33%) तसेच जगातील विविध खंडातदेखील या वयोगटातील लोकसंख्येचे प्रमाण कमी-अधिक आढळते. उदा., युरोप (18%), आफ्रिका (43%), आशिया व दक्षिण अमेरिका (36%) या वयोगटातील लोकसंख्या आर्थिकदृष्ट्या अनुत्पादक असते तसेच अवलंबित्वाचे प्रमाण अधिक असते.

**(2) प्रौढ (Adults) :** या वयोगटात 15 ते 59 वयोगटातील लोकांचा समावेश होतो. हा वयोगट जीवशास्त्रदृष्ट्या आर्थिक व उत्पादनवाढीच्या दृष्टीने महत्त्वाचा असतो. त्यामुळे कोणत्याही देशाची आर्थिक प्रगती ही या वयोगटातील लोकसंख्येवर अवलंबून असते. याच वयोगटातील लोकसंख्येच्या श्रमावर बालके व वृद्ध अवलंबून असतात. म्हणजेच बालके व वृद्धांचे संगोपन याच वयोगटातील लोकसंख्या करते. विकसनशील व विकसित देशामध्ये या वयोगटातील लोकसंख्येचे प्रमाण जास्त असते. उदा., ऑस्ट्रेलिया (65%), फ्रान्स (62%), जर्मनी (64%), जपान (59%), पोलंड (67%), ग्रेट ब्रिटन (64%), संयुक्त संस्थाने (65%), भारत (67%), चीन (71%).

**(3) वृद्ध (Old Age) :** या वयोगटात 60 वर्षांवरील वयोवृद्ध व्यक्तींचा समावेश होतो. विकसित देशात 65 वर्षांवरील व्यक्तींचा समावेश या वयोगटात होतो तर

विकसनशील व अविकसित देशात 60 वर्षांवरील व्यक्तींचा समावेश या वयोगटात होतो. या लोकांना ज्येष्ठ नागरिक असे संबोधतात. विकसित राष्ट्रांमध्ये पुरुषांपेक्षा स्त्रियांची संख्या या वयोगटात जास्त आहे. विकसनशील व अविकसित राष्ट्रामध्ये या वयोगटातील लोकांचे प्रमाण विकसित देशाच्या मानाने कमी असते. वयोगट कार्य अवलंबित्व गट असून तो श्रमजीवी गटावर अवलंबून असतो.

उदा., कॅनडा (17%), जपान (28%), जर्मनी (21%), स्वीडन (20%), इटली (23%), ग्रेट ब्रिटन (18%), संयुक्त संस्थाने (16%), पोलंड (18%), भारत (6%), चीन (11%), ब्राझील (9%), पाकिस्तान (4%), सुदान (4%), इथिओपिया (4%), केनिया (2%).

**अवलंबन भार (Dependency Burden / Ratio) :** कोणत्याही देशाच्या विकासाची दिशा व वेग हा एकूण लोकसंख्येतील अवलंबन भार किती आहे यावर आधारलेला असतो. ''अवलंबन भार म्हणजे 0 - 14 या वयोगटातील बालके, 60 वर्षांवरील वयोवृद्ध लोक, (न कमावणारी) आणि 15 ते 59 या वयोगटातील प्रौढ (श्रमजीवी) यांचे गुणोत्तर होय.''

अवलंबन भार खालील सूत्राचा वापर करून काढला जातो.

$$\text{अवलंबन भार (शेकडा \%)} = \frac{\text{0-14 वयोगट + 60 वर्षांवरील वयोगट}}{\text{15-59 वयोगट}} \times 100$$

जगाचा सर्वसाधारण अवलंबन भार सरासरी 52.5% इतका आहे. विकसित राष्ट्रामध्ये अवलंबन भार कमी असतो. उदा. इंग्लंड (55.5%), जर्मनी (51.2%), जपान (52.1%), संयुक्त संस्थाने (51.2%), दक्षिण आफ्रिका (52.5%), तर विकसनशील व अविकसित राष्ट्रात अवलंबन भार जास्त आहे. उदा., भारत (52.5%), अफगाणिस्तान (88%), कांगो (84%), अंगोला (97%), बोलिव्हिया (63%), इजिप्त (61%), इराक (77%), केनिया (78%).

## 3.5.2 लिंगरचना (Gender Composition)

लोकसंख्येच्या रचनेचा अभ्यास करताना लिंगसंरचनेचा अभ्यास महत्त्वाचा ठरतो.

**व्याख्या (Definition) :**

* ''कोणत्याही प्रदेशाच्या लोकसंख्येतील स्त्री-पुरुषांचे प्रमाण म्हणजे लिंगसंरचना होय. लिंगसंरचनेलाच लिंग-गुणोत्तर असेही म्हणतात.''

  "The Composition of Population according to sex is known as sex composition."

**महत्त्व :** लोकसंख्येच्या लिंग विभाजनाचा विवाह प्रमाण व जन्मदर यावर प्रत्यक्ष परिणाम होत असतो. तर श्रमशक्तीच्या पुरवठ्यावर अप्रत्यक्ष परिणाम होत असतो. लोकसंख्येत पुरुषांचे प्रमाण स्त्रियांपेक्षा जास्त असेल तर श्रमशक्तीचा पुरवठा जास्त होत असतो. लोकसंख्येत पुरुषांचे प्रमाण जास्त असल्यास मुलींचे विवाहाचे वय कमी होते. यामुळे पती व पत्नी यांच्या वयात वाढ होते. याचा परिणाम होऊन विधवांची संख्या वाढण्याची शक्यता असते. स्त्रियांचे लग्नाचे वय कमी झाले तर जननदर वाढतो व त्यामुळे लोकसंख्याही वाढते. ज्या प्रदेशात पुरुषांचे प्रमाण जास्त तेथील मृत्युदर जास्त आढळतो व स्त्रियांचे प्रमाण जास्त तेथील मृत्युदर सामान्यतः कमी असतो. देशाच्या लोकसंख्येत स्त्रियांचे कमी प्रमाण असल्यास वेश्याव्यवसाय, गुप्तरोग, स्त्रियांचे अपहरण इत्यादी सामाजिक समस्या निर्माण होतात. स्त्रियांचे समाजातील स्थान, श्रमशक्तीतील स्त्रियांचा सहभाग इत्यादी गोष्टी लिंगप्रमाणावरून समजतात.

कोणत्याही प्रदेशातील लिंग-गुणोत्तर सांगताना 1000 पुरुषांमागे किती स्त्रिया आहेत हे खालील पद्धतीने व्यक्त केलेली जाते. लिंग-गुणोत्तर पुढील सूत्राने काढले जाते.

**सूत्र :**

$$\text{लिंग-गुणोत्तर} = \frac{\text{एकूण स्त्रियांची संख्या}}{\text{एकूण पुरुषांची संख्या}} \times 1000$$

## *लिंगसंरचनेवर परिणाम करणारे घटक*

लिंगसंरचनेवर जननदर, मृत्युदर, स्थलांतर, युद्धे, दुष्काळ व आपत्ती इत्यादी घटकांचा परिणाम होऊन लिंगरचना बदलते. त्याचबरोबर स्त्रियांच्या सामाजिक दर्जावरून लिंगरचना बदलते.

**(1) जननदर :** सर्वसाधारणपणे मुलांचा जन्मदर मुलींपेक्षा जास्त असतो. हे प्रमाण दर हजारी मुलीमागे 1050 ते 1060 मुले इतके असते. परंतु मुलाचे मृत्यूचे प्रमाण पहिल्या चार वर्षांत जास्त असते, कारण जैविकदृष्ट्या मुलापेक्षा मुलींमध्ये रोगप्रतिकारक शक्ती जास्त असते. म्हणून पहिल्या चार वर्ष वयोगटात लिंग-गुणोत्तर समान असते. अविकसित किंवा मागासलेल्या देशामध्ये 5 ते 15 तसेच 15-35 या वयोगटात अनुक्रमे वैद्यकीय सुविधांचा अभाव, कुपोषण व स्त्री प्रसूतीच्या काळातील मृत्यू जास्त असल्याने मुलींचे प्रमाण कमी होते. याचा परिणाम म्हणून अविकसित देशात एकूण लोकसंख्येत स्त्रियांचे प्रमाण कमी असते. याउलट विकसित व प्रगत देशामध्ये योग्य उपचार, सकस आहारामुळे स्त्रियांमध्ये मर्त्यतादर कमी असतो. त्यामुळे लिंग-गुणोत्तर जास्त आढळते.

(2) **मृत्युदर (Mortality)** : सर्वच वयोगटात स्त्रियांपेक्षा पुरुषांचा मृत्युदर जास्त असतो. अर्भक व बाल मृत्युदरामध्येही पुरुषांचे प्रमाण जास्त असते. विकसित देशामुळे स्त्रियांचे आयुर्मान पुरुषांच्या आयुर्गानापेक्षा जास्त असते. याउलट परिस्थिती अविकसित देशामध्ये आढळते.

(3) **स्थलांतर (Migration)** : ग्रामीण भागातील पुरुष रोजगाराच्या निमित्ताने शहरी भागात मोठ्या प्रमाणात स्थलांतर करतात. त्यामुळे शहरी भागात पुरुषांचे प्रमाण जास्त असते तर याउलट ग्रामीण भागात स्त्रिया, बालक व वृद्धांचे प्रमाण जास्त असते.

(4) **युद्ध (War)** : ज्या वेळेस युद्धे व महायुद्धे होतात त्यामध्ये पुरुष मृत्युमुखी होण्याचे प्रमाण जास्त असते. अशा वेळेस तत्कालीन परिस्थितीत पुरुषांचे प्रमाण कमी होऊन स्त्रियांचे प्रमाण जास्त आढळते.

(5) **दुष्काळ व आपत्ती (Draught and Hazards)** : दुष्काळ व आपत्तीच्या काळात कौटुंबिक चरितार्थ भागविण्यासाठी पुरुष रोजगार व मूलभूत सेवासुविधा पूर्तीसाठी आपला प्रदेश सोडून दुसरीकडे जातात त्यामुळे पुरुषांचे प्रमाण कमी होऊन स्त्रियांचे प्रमाण वाढते.

### *जागतिक लिंगसंरचना*

जगात सर्वसाधारणपणे पुरुष व स्त्रियांचे प्रमाण 1 : 1 असे अपेक्षित असले तरीही प्रत्येक देशात हे गुणोत्तर वेगळे आढळते.

युरोप, उत्तर अमेरिका व आफ्रिका या खंडाच्या लोकसंख्येमध्ये पुरुषांपेक्षा स्त्रियांचे प्रमाण जास्त आहे. कारण युरोप व उत्तर अमेरिकेमध्ये महायुद्धामुळे अनेक देशांतील पुरुष मोठ्या संख्येने मारले गेले, स्त्री-पुरुष समानता, स्त्रियांचे उच्च आयुर्मान, उच्च राहणीमान व सकस आहार यामुळे लोकसंख्येत स्त्रियांचे प्रमाण जास्त आहे. तसेच आफ्रिकेतील विविध आदिवासी जमातीचे प्रमाण जास्त असल्यामुळे त्यांच्यात टोळी युद्धे होऊन मोठ्या प्रमाणात पुरुष मारले जातात. त्यामुळे एकूण लोकसंख्येत स्त्रियांचे प्रमाण जास्त आढळते.

याशिवाय दक्षिण अमेरिका, आशिया, ओशिनिया या विभागाच्या लोकसंख्येमध्ये स्त्रियाचे प्रमाण पुरुषांपेक्षा कमी आढळते. कारण आशियात स्त्री-पुरुष विषमता, निकृष्ट आहार, साक्षरतेचे कमी प्रमाण, रूढी व परंपरा इ. तसेच दक्षिण अमेरिका व ओशिनिया खंडामध्ये स्थलांतरितांचे प्रमाण जास्त असल्यामुळे एकूण लोकसंख्येतही पुरुषांचे प्रमाण जास्त आढळते.

## स्वाध्याय

### रिकाम्या जागी योग्य पर्याय लिहा.

1. जागतिक लोकसंख्या दिन ............... या दिवशी साजरा केला जातो.

    (अ) 10 जुलै (ब) 11 जुलै

    (क) 12 जुलै (ड) 13 जुलै

2. लोकसंख्येची घनता = ............... एकूण लोकसंख्या

    (अ) क्षेत्रफळ (ब) पुरुषांची संख्या

    (क) स्त्रियांची संख्या (ड) वयोगट

3. ............... हे वर्ष जागतिक लोकसंख्या वर्ष म्हणून ओळखले जाते.

    (अ) 1972 (ब) 1973

    (क) 1974 (ड) 1975

4. ............... या देशाचा जागतिक लोकसंख्येत पहिला क्रमांक लागतो.

    (अ) भारत (ब) चीन

    (क) इंडोनेशिया (ड) संयुक्त संस्थाने

5. भारताचा जगात लोकसंख्येच्या बाबतीत ............... क्रमांक लागतो.

    (अ) पहिला (ब) दुसरा

    (क) तिसरा (ड) चौथा

6. लोकसंख्या संक्रमणाचा सिद्धान्त ............... यांनी मांडला.

    (अ) थॉमस व नॉटेस्टाईन (ब) माल्थस

    (क) जॉन ग्रँट (ड) डेव्हिस

7. लोकसंख्या संक्रमणाचा सिद्धान्त ............... साली मांडला.

    (अ) 1926 (ब) 1927

    (क) 1928 (ड) 1929

8. लोकसंख्या संक्रमणाच्या पहिल्या अवस्थेत जन्मदर जास्त तर मृत्युदर ............... असतो.

    (अ) कमी (ब) जास्त

    (क) अति कमी (ड) स्थिर

9. कोणत्याही प्रदेशातील स्त्री-पुरुषांच्या लोकसंख्येची निरनिराळ्या वयोगटात केलेली विभागणी म्हणजे ............... होय.
   (अ) वयसंरचना (ब) लिंगसंरचना
   (क) लोकसंख्येची घनता (ड) लोकसंख्येचे स्थलांतर
10. लिंग-गुणोत्तर = ............... / पुरुषांची संख्या × 100
   (अ) एकूण लोकसंख्या (ब) क्षेत्रफळ
   (क) स्त्रियांची संख्या (ड) जन्मदर
11. लोकसंख्येतील स्त्री-पुरुषांच्या प्रमाणाला ............... असे म्हणतात.
   (अ) वयसंरचना (ब) लिंग-गुणोत्तर
   (क) साक्षरता (ड) लोकसंख्येची घनता

## खालील प्रश्नांची थोडक्यात उत्तरे लिहा.

1. जागतिक लोकसंख्यावाढीची कारणे सांगा.
2. जागतिक लोकसंख्येच्या वितरणावर परिणाम करणारे प्राकृतिक घटक सांगा.
3. जगातील दाट/जास्त लोकसंख्येचे प्रदेश सांगा.
4. वयसंरचनेवर परिणाम करणारे घटक सांगा.
5. अवलंबन भार म्हणजे काय ?
6. लिंगसंरचनेवर परिणाम करणारे घटक सांगा.

## खालील प्रश्नांची सविस्तर उत्तरे लिहा.

1. जागतिक लोकसंख्येच्या वितरणावर परिणाम करणारे घटक स्पष्ट करा.
2. जागतिक लोकसंख्येचे वितरण स्पष्ट करा.
3. लोकसंख्या संक्रमण सिद्धान्त स्पष्ट करा.

✲ ✲ ✲

प्रकरण

4

# मानवी वसाहती
## (Human Settlements)

महत्त्वाचे मुद्दे

**4.1 ग्रामीण वसाहती**

4.1.1 ग्रामीण वसाहतीचे प्रकार

4.1.2 ग्रामीण वसाहतीची प्रारूपे

4.1.3 ग्रामीण वसाहतीची कार्ये

**4.2 नागरी वसाहत**

4.2.1 नागरी वसाहतीचे कार्यात्मक वर्गीकरण

**4.3 नागरिकीकरण व जागतिक नागरिकीकरणाचा कल**

**4.4 नागरी वसाहतीच्या समस्या**

---

अन्न, वस्त्र व निवारा या मानवाच्या मूलभूत गरजा आहेत. मानव हा समूहप्रिय असून तो थंडी, ऊन, वारा, पाऊस, वन्य श्वापदे यांपासून संरक्षण मिळविण्यासाठी निवारा करतो. निवाऱ्यासाठी घरे बांधली जातात, यास आपण वस्ती असे म्हणतो. या लोकवस्तीत घरांचे

समूह आढळतात. घराचा आकार, रचना व बांधकाम साहित्यावर भौगोलिक व आर्थिक घटकांचा परिणाम होतो. त्यामुळे जगात घरांच्या रचनेत व प्रारूपात बरीच विविधता आढळते.

***मानवी वसाहतीच्या व्याख्या* (Definition of Human Settlements)**

* "अनेक घरांच्या समूहास वसाहत असे म्हणतात."
* "संरक्षण व विश्रांतीसाठी अनेक लोकांनी एकत्र येऊन निर्माण केलेल्या घरांच्या समूहास मानवी वसाहत असे म्हणतात."
* "Settlements means a grouping of house scattered at places and aglomerated at others any geographical area."
* "Settlements means he cultural landscape developed by man in the process of occupancy."
* "व्यावसायिक प्रक्रियेतून मानवाने निर्माण केलेले सांस्कृतिक भूदृश्य म्हणजे वसाहत होय."
* "Settlements means a group of houses."
* "मानव व पर्यावरणातील दृढ संबंधाचे द्योतक म्हणजे वसाहत होय."

मानवाची समूहाने राहण्याची सहज प्रवृत्ती असल्याने तो समूहाने घरे बांधून राहतो. अशा घराच्या समूहास वस्ती असे म्हणतात. मानवी वस्त्या या छोट्या वस्तीपासून ते महानगरापर्यंत आढळून येतात. मानवी वस्त्यांचे मुख्यतः ग्रामीण वस्ती (Rural Settlements) आणि नागरी वस्ती (Urban Settlements) असे दोन प्रकार पडतात.

## 4.1 ग्रामीण वसाहती (Human Settlement)

### *ग्रामीण वसाहती*

कार्ल रीटर हे ग्रामीण वसाहतीच्या भौगोलिक अभ्यासाचे पहिले संशोधक आहेत. तसेच व्हिदॉल-द-ला-ब्लाश, डिमाँजिया, जीन ब्रून्स यांचेही ग्रामीण वसाहती भूगोलाच्या विकासात महत्त्वाचे योगदान आहे.

**व्याख्या :**

* "ज्या वसाहतीमध्ये शेतीसारख्या प्राथमिक स्वरूपाच्या व्यवसायामध्ये गुंतलेल्या लोकांचे प्रमाण जास्त असते त्या वसाहतींना ग्रामीण वसाहती असे म्हणतात."

**ग्रामीण वसाहतीची वैशिष्ट्ये :**

1. ग्रामीण वसाहतीमध्ये प्राथमिक व्यवसायामध्ये गुंतलेल्या लोकांचे प्रमाण जास्त असते.
2. ग्रामीण वसाहतीमधील लोकांचा मुख्य व्यवसाय शेती असतो.
3. ग्रामीण वसाहतीतील घरे ही मातीची, कौलारू, गवताची व लाकडांपासून बनविलेली असतात.
4. ग्रामीण वसाहतीमध्ये बहुतांशी लोकसंख्येचे प्रमाण व घनता कमी आढळते.
5. ग्रामीण वसाहतीतील घरे, त्याची रचना, आकार यामध्ये नियोजनाचा अभाव असतो.
6. ग्रामीण वसाहतीमध्ये वाहतूक व दळणवळण व इतर सामाजिक सुविधांचा अभाव असतो.

ग्रामीण वसाहतीवर भूरचना, जमीन, हवामान, पाणीपुरवठा, वाहतूक व दळणवळण व्यवसाय, (प्राकृतिक, आर्थिक, सामाजिक, धार्मिक) इत्यादी घटकांचा मोठ्या प्रमाणात परिणाम होतो.

## 4.1.1 ग्रामीण वसाहतीचे प्रकार (Types of Rural Settlements)

ग्रामीण वसाहतीतील घरातील अंतरावरून ग्रामीण वसाहतीचे पुढील प्रकार पडतात.

**(1) विखुरलेली किंवा पसरलेली वस्ती (Scattered or Dispersed Settlements) :** "ज्या ग्रामीण वसाहतीतील घरे दूरदूर विखुरलेली किंवा पसरलेली असतात, अशा वसाहतीस विखुरलेली वस्ती असे म्हणतात."

या वसाहतीतील घरे ही एकाकी तसेच डोंगराळ, पर्वतीय, तलाव, सरोवरे, वनक्षेत्रे, वाळवंटी यांसारख्या भौगोलिक प्रदेशात आढळतात. या वसाहतीतील घरामधील अंतर जास्त असते. घरांसाठी वापरलेली साधनसामग्री साधी असते. या वसाहतीतील घरे ही कृषीक्षेत्रात बांधलेली असतात. ही घरे दूर-दूर असल्याने हवेशीर असतात. या वसाहतीतील प्रत्येक कुटुंबाची घरे ही एकमेकांपासून अलिप्त असतात. या प्रकारच्या वस्त्या भारतातील आसाम, मेघालय, प. बंगाल, बिहार, राजस्थान इ. राज्यांत तसेच ब्राझील, दक्षिण आफ्रिका तसेच विकसित राष्ट्रामध्ये संयुक्त संस्थाने, कॅनडा, मेक्सिको, ऑस्ट्रेलिया, अर्जेंटिना इत्यादी देशांत या प्रकारची घरे आढळतात.

मासेमारी, लाकूडतोड, पशुपालन, खाणकाम, शेती, शिकार करणारे लोक विखुरलेल्या वसाहतीमध्ये राहतात.

**गुण :**

1. या वस्त्या कृषीक्षेत्राजवळ असल्याने कृषी कार्यास वेळ मिळतो व वेळेचीही बचत होते.
2. या वस्तीतील शेतकरी त्यांचा अधिक वेळ कृषी कार्यास देत असल्याने कृषी उत्पादन वाढते.
3. या वस्तीतील घरे दूर-दूर असल्याने हवेशीर असतात त्यामुळे मानवी आरोग्याच्या दृष्टीने पोषक असतात.
4. विखुरलेल्या ग्रामीण वस्तीतील कमी लोकसंख्येच्या घनतेमुळे पर्यावरणीय समस्या आढळत नाहीत.

**दोष :**

1. या वस्तीतील घरे दूर-दूर विखुरलेल्या स्वरूपात असल्याने सामाजिक सलोखा व एकोपा कमी होतो.
2. या वस्त्या एकाकी असल्याने संरक्षणाचा अभाव असतो.
3. या वस्तीतील लोक एकाकी जीवन जगत असल्याने त्यांचे शारीरिक व मानसिक स्वास्थ्य बिघडते.

**(2) दाट किंवा केंद्रित वसाहती (Compact of Concenteated Settlements) :** ज्या वसाहतीमध्ये घरे जवळजवळ व संख्येने जास्त असतात अशा वसाहतीस केंद्रित किंवा दाट वसाहती असे म्हणतात. या वसाहतीस अनेक तज्ज्ञांनी वेगवेगळी नावे दिली आहेत. फ्रिंच व त्रिवार्था यांनी या वसाहतीला दाट किंवा सघन (Compact) व न्यष्टित (Nucleated), ब्लाश यांनी पुंजित (Clustered) व जीन ब्रून्स यांनी सकेंद्रित (Concentrated) तर काही तज्ज्ञांनी या वसाहतीस एकत्रित वसाहत (Agglomerated) असे म्हटले आहे. योग्य भूपृष्ठरचना, अनुकूल हवामान, कृषी योग्य मृदा, भरपूर पाणीपुरवठा, वाहतूक व दळणवळण सुविधा, व्यापार, खनिजांचे उत्खनन, संरक्षण, आरोग्य, सामाजिक, सांस्कृतिक, धार्मिक व राजकीय प्रभावामुळे या वसाहती निर्माण होतात. या प्रकारच्या वसाहती भारतातील गंगेचे, यमुनेचे मैदान, इटली, चीनमधील हो-हँग-हो खोरे, इजिप्तमधील नाईलचे खोरे, म्यानमारमधील इरावती नदीचे खोरे, युरोप खंडातील फ्रान्स, डेन्मार्क, स्वीडन, पोलंड, जर्मनी इ. आशियातील बांग्लादेश, पाकिस्तान, श्रीलंका, नेपाळ येथे या प्रकारच्या वसाहती आढळतात.

**गुण :**

1. या वसाहतीत घरे अतिशय जवळ-जवळ व दाट असतात.

2. या वसाहतीतील लोकांना एकमेकांशी सहज संबंध साधता येत असल्याने सामाजिक, धार्मिक व आर्थिकदृष्ट्या त्यांनी जवळीक साधलेली असते.
3. संरक्षणाच्या दृष्टीने या वसाहती उत्तम व आदर्श मानल्या जातात
4. या वसाहतीत सामाजिक संपर्क जास्त असल्याने सांघिक कार्य साधले जाते.
5. या वसाहतीत लोकसंख्या दाट असल्याने भरपूर व मुबलक मजूर पुरवठा उपलब्ध होतो.

**दोष :**

1. या वसाहतीत जागेच्या किमती जास्त असल्याने झोपडपट्ट्यांची निर्मिती होते.
2. या वसाहतीत रोगराई, सांडपाण्याची समस्या : सामाजिक गुन्हेगारीत वाढ होते.
3. या वसाहतीतील घरे दाट असल्याने पर्यावरणीय समस्या निर्माण होतात.

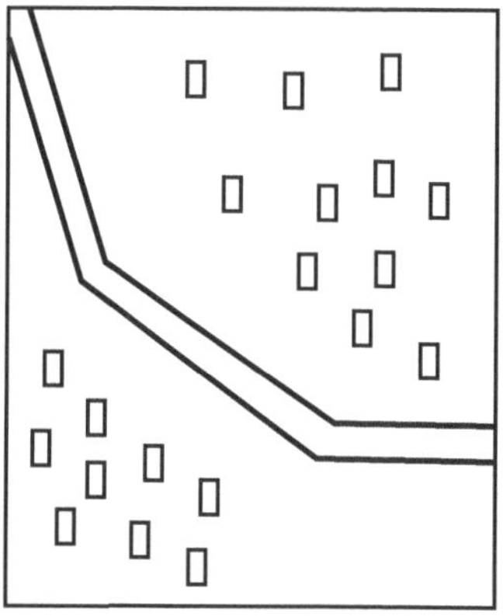

**आकृती : विखुरलेली वसाहत**

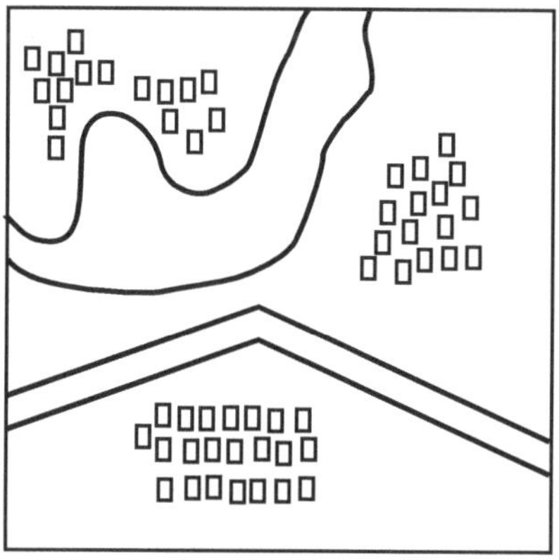

**केंद्रित वसाहत**

**(3) विखंडित किंवा अपखंडित वस्ती (Fragmented Settlements)** : एकाच वस्तीमध्ये घरे एकमेकांपासून कमी-अधिक अंतरावर असतात त्यामुळे तीन ते चार घरांचा समूह निर्माण होतो व असे अनेक समूह एकत्रित येऊन वस्ती निर्माण होते, यास विखंडित वस्ती असे म्हणतात. या वस्त्या डोंगर सुळक्यावर, कटक, पूरग्रस्त प्रदेश, टेकड्या, नदी या भौगोलिक अडथळ्यांमुळे वसाहतीचे अनेक विभाग पडतात. भारतातील अरवली पर्वतरांग, सह्याद्री पर्वतरांग, सातपुडा पर्वतरांग, आसाममधील ब्रह्मपुत्रा खोरे.

**गुण :**

1. या वसाहतीतील घरे जरी दूर-दूर असली तरी त्यांच्यात सहकार्याची भावना आढळते.
2. नैसर्गिक आपत्तीच्या दृष्टीने या वसाहती उपयुक्त ठरतात.

**दोष :**

1. या वसाहतीत घरे दूर-दूर असल्याने श्रमविभाजन होते.
2. या वसाहती एकाकी असल्याने संरक्षणाचा अभाव असतो.

**(4) संयुक्त वसाहती (Composite Settlements)** : एक मोठे गाव व त्या गावासभोवताली येणाऱ्या लहान-लहान वाड्या, जुळी खेडी असू शकतात. अशा वसाहतीस संयुक्त वसाहती असे म्हणतात. या वसाहतीमध्ये एक प्रमुख वसाहत ही सघन (Compact) किंवा केंद्रितच (Concentrated) असते तर या वसाहतीशेजारी अनेक लहान-लहान वस्त्या असतात. अशा प्रकारच्या वसाहती सोलापूर जिल्ह्यातील सुस्ते - तारापूर, अनगर व तेरा वाड्या, सांगली जिल्ह्यातील नागाव-कवठे, उस्मानाबाद जिल्ह्यातील तामलवाडी-पिंपळा या जुन्या ग्रामीण वसाहती आहेत.

**गुण :**

1. मुख्य वसाहतीमुळे सभोवतालच्या लहान-वाड्या वस्त्यांचा विकास होतो.
2. या वसाहतीत सामाजिक संबंध वृद्धिंगत होतात.

**दोष :**

1. या वसाहतीत श्रमशक्तीचे विभाजन होते.
2. या वसाहतीमध्ये सीमावाद निर्माण होतो.

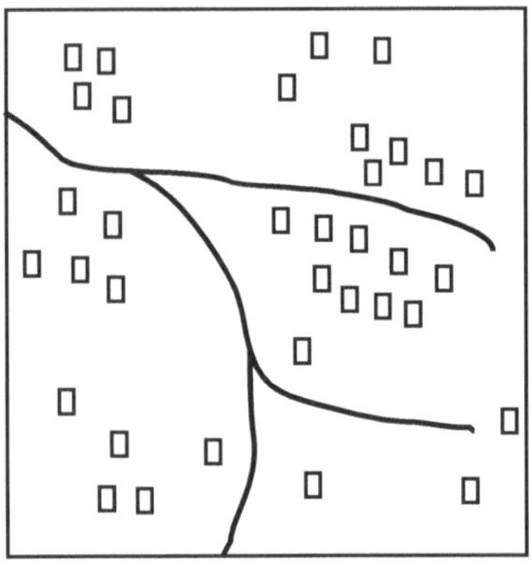

**आकृती : विखंडित वसाहती**

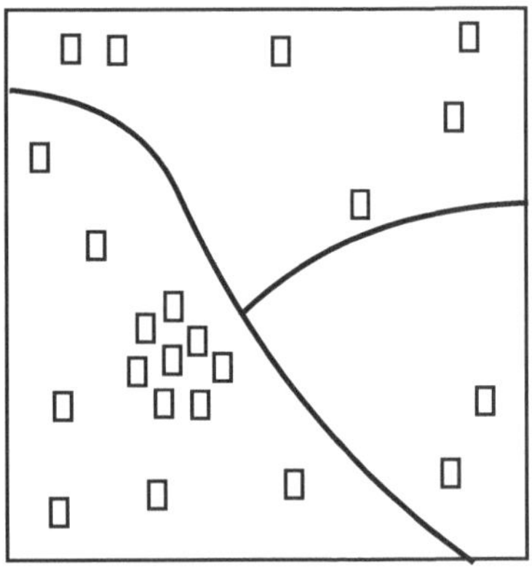

**संयुक्त वसाहत**

## 4.1.2 ग्रामीण वसाहतीची प्रारूपे (Pattern of Rural Settlement)

ग्रामीण वसाहतीचे प्रारूप सर्वत्र सारखे आढळत नाही. ग्रामीण वसाहतीच्या प्रारूपावर भौगोलिक (भूपृष्ठरचना, हवामान, जमीन, जलाशये इ.) सामाजिक, सांस्कृतिक, आर्थिक घटकांचा मोठा परिणाम होतो. प्रारूपे म्हणजे ग्रामीण वसाहतीचा आकार (Shape) व बाह्य रूप होय. ग्रामीण वसाहतीची प्रारूपे खालीलप्रमाणे -

**(1) रेषाकार प्रारूपे (Linear Pattern) :** या प्रकारचे प्रारूप राष्ट्रीय महामार्ग, राज्य मार्ग, ग्रामीण रस्ते यांच्या दोन्ही बाजूस, नद्यांच्या दोन्ही काठावर, समुद्राच्या किनारपट्टीवर, रेल्वेमार्गाच्या दोन्ही बाजूस आढळतात. या प्रकारच्या प्रारूपात घरे एका सरळ रेषेत वसलेली असतात म्हणून या प्रारूपाला रेषाकार प्रारूप असे म्हणतात.

उदा., रॉकी, अँडीज, आल्प्स, मध्य हिमालय, पामीरचे पठार, हिंदुकुश पर्वतरांगा, शिवालिक टेकड्या, गंगा-यमुना नदीचे खोरे इत्यादी. प्रदेशातील रस्ते व नद्यांच्या काठावर मोठ्या प्रमाणात रेषाकार प्रारूप आढळते.

**वैशिष्ट्ये :**

1. घरे शक्यतो एका रांगेत असतात.
2. घरे एकमेकांस लागून किंवा जवळ-जवळ असतात.
3. घरांची प्रवेशद्वारे एकाच दिशेने असतात.
4. या वसाहतीचा विस्तार रस्ते किंवा नदीच्या काठाच्या दिशेने होतो.

**(2) केंद्रत्यागी / तारासदृश्य / त्रिज्याकार प्रारूप (Radial /Starshaped) :** ज्या ठिकाणी अनेक रस्ते एकत्र येऊन मिळतात, त्या ठिकाणी ताराकृती प्रारूपाची निर्मिती होते. या प्रकारचा प्रारूप शहरी व ग्रामीण भागातही निर्माण झालेले दिसून येतात. या प्रारूपात सर्व रस्त्याच्या बाजूंनी घरांची निर्मिती होते. उदा., ईशान्य युरोप, यांगत्सि-कँग नदीखोरे, सिंधू नदीखोरे, सतलज-यमुना नदीखोरे, तसेच महाराष्ट्रातील पुणे-सोलापूर महामार्गावरील शेटफळ, मोंडनिंब, मध्य प्रदेशातील भोपाळ इत्यादी ठिकाणी या प्रकारचे प्रारूप आढळते.

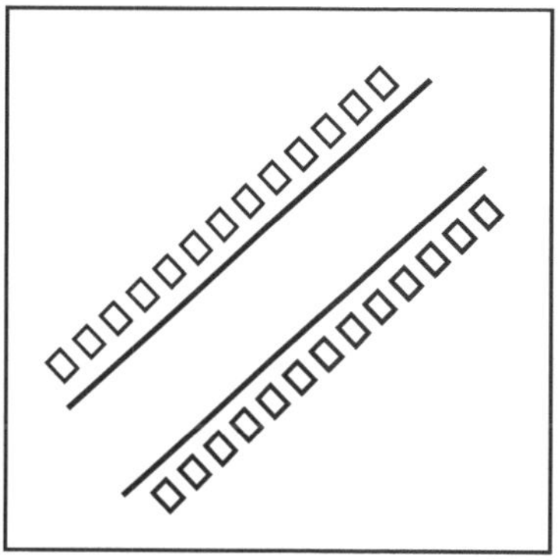

**आकृती : रेषाकार/प्रारूप**

**तारासदृश्य प्रारूप**

**वैशिष्ट्ये :**

1. या वसाहतीचा आकार ताऱ्यासारखा दिसतो.
2. या वसाहतीत घरे रस्त्यालगत तयार होतात.

3. वसाहतीच्या मध्यभागी विविध हॉटेल्स व रेस्टॉरन्टस् निर्मिती होते.
4. या वसाहतीतील घरे व गल्ल्या एकमेकांस समांतर दिशेने पसरलेले असतात.

**(3) बाणाकार प्रारूप (Arrow Type Pattern) :** "या वसाहती नदीच्या वळणाच्या आतील भागात किंवा समुद्रात घुसलेल्या लांब व उंचवट्याच्या भागात निर्माण झालेल्या असतात, यास बाणाकार प्रारूप असे म्हणतात." या वसाहतीकडे दुरून पाहिल्यास तिचा आकार बाणासारखा दिसतो.

उदा., महाराष्ट्रातील पश्चिम किनारपट्टीवरील वसाहती, गुजरातमधील खंबायतच्या आखातातील वसाहती, भारताच्या दक्षिणेकडील कन्याकुमारी, ओरिसाची किनारपट्टी इत्यादी.

**वैशिष्ट्ये :**

1. अशा ठिकाणी मासेमारी बंदर, नौकानयन यांचा विकास होतो.
2. या वसाहतीचा आकार समुद्राकडे लहान तर जमिनीकडे विस्तृत असतो.
3. जमिनीच्या आतील बाजूस वाहतूक, दळणवळण व शेतीचा विकास होतो.
4. कालांतराने अशा वसाहतीचे शहरात रूपांतर होते.

**(4) गोलाकार किंवा वर्तुळाकार प्रारूप (Circular Pattern) :** ज्या वसाहती तलाव, सरोवरे, वाळवंटातील मरुस्थळे किंवा इतर ठिकाणी वर्तुळाप्रमाणे निर्माण झालेली असतात, यास गोलाकार किंवा वर्तुळाकार प्रारूप असे म्हणतात. आफ्रिकेतील पशुपालन करणारी मसाई जमातीची वसाहत अशा प्रकारची आढळते. मसाईच्या या गोलाकार वसाहतीला 'क्रॉल' (Crawl) असे म्हणतात. तसेच इस्त्राईलमधील अशा प्रकारच्या वसाहतींना 'किब्बुट' असे म्हणतात.

उदा., राजस्थानमधील वाळवंटी प्रदेशातील मरुद्याने, मलेशिया, आफ्रिका खंडामध्ये असे प्रारूप आढळते.

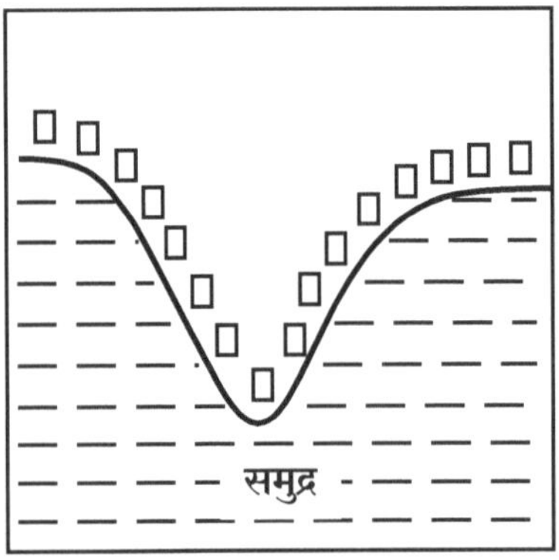


आकृती : बाणाकार प्रारूप

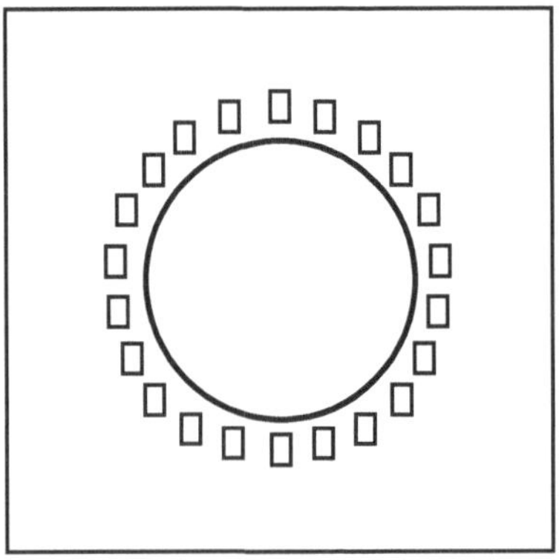

गोलाकार प्रारूप

**वैशिष्ट्ये :**

1. संरक्षणाच्या दृष्टीने अशा प्रकारची प्रारूपे आदर्श समजली जातात.
2. या वसाहतीतील घरांचे प्रवेशद्वार केंद्रभागाकडे असते.
3. या वसाहतीतील घरांना दारे, खिडक्या कमी असतात तसेच घरांना एकच प्रवेशद्वार असते.

**(5) चौकोनी किंवा ठोकळाकार प्रारूप (Square or Block Type Pattern) :** ज्या वसाहती सपाट मैदानी प्रदेशात हमरस्ते किंवा लोहमार्ग परस्परांना छेदतात तेथे निर्माण होणाऱ्या वसाहतीस चौकोनाकार प्रारूप प्राप्त होतो. तसेच या वसाहतीस वावटळ व धुळीपासून आणि चोरांपासून त्रास होतो म्हणून चौकोनाकृती निर्माण होतात. जगातील सुमारे 50 टक्क्यांपेक्षा जास्त ग्रामीण भागातील लोकसंख्या या प्रारूपाच्या वसाहतीत राहते.

उदा., जर्मनी, फ्रान्स, रशिया, मध्य आशिया, चीन, उत्तर व दक्षिण कोरिया, व्हिएतनाम, मलेशिया, इस्रायल इत्यादी.

**वैशिष्ट्ये :**

1. या वसाहतीतील रस्ते परस्परांना समांतर असतात तसेच हे रस्ते एकमेकांना काटकोनात छेदतात.
2. या वसाहतीतील घरे एका रांगेत असतात.
3. ही वसाहत एखाद्या प्राचीन किल्ल्याप्रमाणे दिसते.
4. संरक्षण व सुरक्षिततेच्या दृष्टीने या वसाहती आदर्श मानल्या जातात.

**(6) आयताकार प्रारूप (Rectangular Pattern) :** ज्या वसाहतीचा आकार आयतासारखा प्राप्त झालेला असतो, त्यास आयताकार प्रारूप असे म्हणतात.

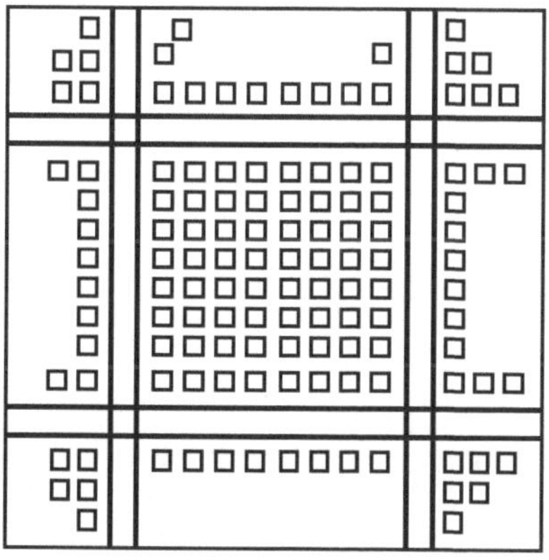

**आकृती : चौकोनाकार प्रारूप**

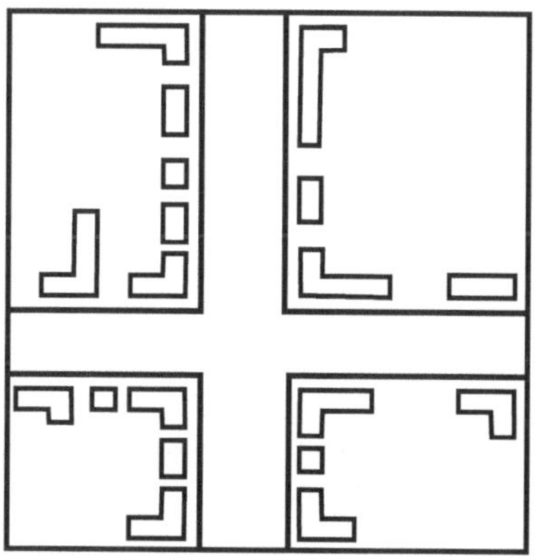

**आयताकार प्रारूप**

**वैशिष्ट्ये :**

1. या वसाहतीतील घरे क्रमाने नसतात.
2. या वसाहतीला आयताचा आकार सहजरीत्या प्राप्त होतो.
3. नवीन वसाहती नियोजनबद्ध निर्माण होतात.

**(7) त्रिकोणाकार प्रारूप (Triangular Settlement) :** ज्या वसाहतींना त्रिकोणाचा आकार प्राप्त होतो, त्यास त्रिकोणाकार प्रारूप असे म्हणतात. अशा वसाहती नदीच्या संगमावर, दोन डोंगरांच्या मध्ये वसलेल्या असतात. तेथील प्राकृतिक रचनेमुळे या वसाहतीस त्रिकोणाचा आकार प्राप्त होतो.

**वैशिष्ट्ये :**

1. या वसाहतीचा आकार त्रिकोणी असतो.
2. ज्या ठिकाणी नद्यांचा संगम होतो त्याकडील बाजूस त्या वसाहतीचा आकार अरूंद असतो.
3. या वसाहतीचा विस्तार दोन्ही नद्यांच्या किनाऱ्याच्या बाजूने रूंद होत जातो.

**(8) शिड्याकृती किंवा पायऱ्या-पायऱ्यांचे प्रारूप (Terraced Pattern) :** या प्रकारची वसाहत मुख्यतः पर्वतीय व डोंगराळ भागात आढळते. पर्वतीय भागात उताराला अनुसरून टप्प्याटप्प्याने घरे बांधलेली असतात. त्यामुळे त्या घराची रचना शिडीसारखी दिसते म्हणून यास शिड्याकृती प्रारूप असे म्हणतात. या वसाहतीकडे दुरून पाहिल्यास घरांच्या ओळी परस्परांना समांतर वाटतात.

उदा., या प्रकारची वसाहत हिमालय, आल्प्स, रॉकी, अँडीज इत्यादी पर्वतीय प्रदेशात आढळते.

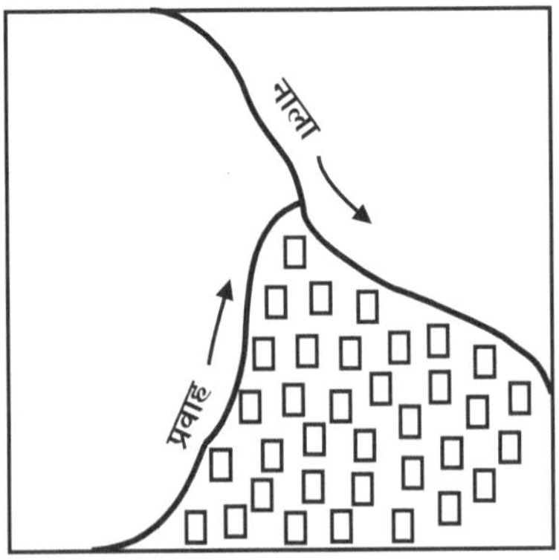


**आकृती : त्रिकोणाकृती प्रारूप**

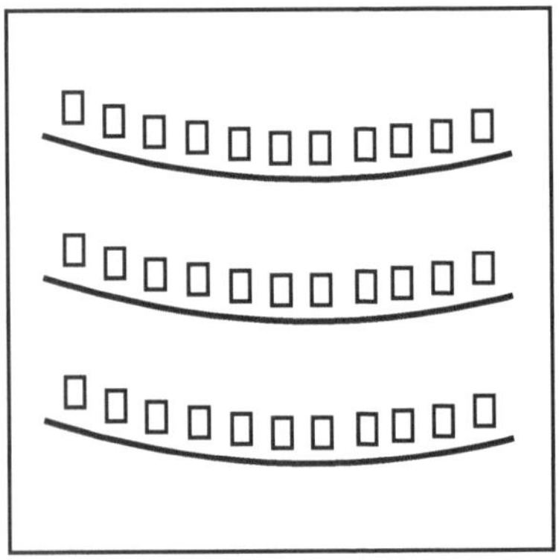

**शिड्याकृती प्रारूप**

**वैशिष्ट्ये :**

1. या वसाहतीत उताराला अनुसरून टप्प्याटप्प्याने घरे बांधलेली असतात.
2. या वसाहतीत घर व शेत यांच्या दरम्यान वेडेवाकडे रस्ते असतात.
3. या वसाहतीतील घरे मुख्यतः लाकूड, गवत, दगडापासून बनविलेली असतात.
4. येथील घरे कमी सुपीक जमिनीवर बांधलेली असतात.

**(9) झुलती वस्ती प्रारूप (Hanging Type Pattern) :** ज्या प्रदेशात अतिजास्त पाऊस पडतो तेथे दलदल निर्माण झाल्यामुळे घरे झाडावर बांधली जातात. अशा वसाहतीस झुलती वसाहत प्रारूप असे म्हणतात.

उदा., उष्ण कटिबंधीय घनदाट जंगलाच्या प्रदेशात तसेच भारतातील आसाम राज्यात या प्रकारच्या वसाहती आढळतात.

**वैशिष्ट्ये :**

1. दलदल व जंगली प्राण्यांपासून संरक्षणासाठी अशी घरे झाडावर बांधतात.
2. घरावर जाण्यास किंवा उतरण्यास लाकडी शिड्यांचा उपयोग करतात.
3. घरासाठी लाकूड, गवत, वेळू या साहित्याचा उपयोग करतात.
4. घरे साधारणतः 2 ते 5 मीटर उंचीवर असतात.
5. ही घरे बांबूवर किंवा माचीवर बांधलेली असतात.

**(10) अनियमित वसाहती प्रारूप (Irrgular Settlement Pattern) :** या प्रकारच्या प्रारूपातील वसाहतींना कोणत्याही प्रकारचा विशिष्ट असा आकार नसतो, त्या प्रारूपास अनियमित वसाहती प्रारूप असे म्हणतात. उदा., चीन, भारत, पाकिस्तान, नेपाळ, आफ्रिकेतील काही देशांमध्ये या प्रकारच्या वसाहती आढळतात.

**वैशिष्ट्ये :**

1. लोकांच्या सोई-सुविधेच्या अनुसरून या घरांची बांधणी केलेली असते.
2. बऱ्याच वेळा या वसाहतीचा आकार इंग्रजीतील विविध अक्षरासारखा असतो.
3. रस्ते कच्चे व अनियोजित असतात.

## 4.1.3 ग्रामीण वसाहतीची कार्ये (Functions of Rural Settlement)

ग्रामीण वसाहतीतील लोक मुख्यतः प्राथमिक स्वरूपाच्या व्यवसायामध्ये गुंतलेले असतात म्हणजेच प्राथमिक व्यवसाय हे ग्रामीण वसाहतीचे मुख्य कार्य आहे. या प्राथमिक व्यवसायावर भौगोलिक, आर्थिक, सामाजिक, सांस्कृतिक व धार्मिक घटकांचा मोठा प्रभाव पडतो. त्यामुळे वेगवेगळ्या भौगोलिक प्रदेशात भौगोलिक घटकाला अनुसरून व्यवसाय केले जातात. ग्रामीण वसाहतीची कार्ये खालीलप्रमाणे आहेत.

**(1) शेती (Agriculture ) :** शेती हा ग्रामीण वसाहतीचा आत्मा आहे. ग्रामीण वसाहतीची अर्थव्यवस्था ही शेतीवरच अवलंबून असते. ग्रामीण वसाहत ही बहुधा शेतजमिनीशेजारीच स्थापन होते. या वसाहतीत शेतकरी, शेतमजूर, बारा बलुतेदार, अठरा अलुतेदार राहतात. या वसाहतीत शेती व शेतीपूरक व्यवसायाचा विकास झालेला असतो. या वसाहतीतील पुरुषांबरोबर स्त्रियाही या व्यवसायात गुंतलेल्या असतात.

**(2) पशुपालन (Livestock Ranching) :** पशुपालन हा देखील ग्रामीण वसाहतीचा एक महत्त्वाचा व्यवसाय आहे. यामध्ये मानव आपल्या कुटुंबाचा उदरनिर्वाह व्हावा या उद्देशाने गाई, म्हशी, शेळ्या, मेंढ्या इत्यादी जनावरे पाळतात. त्यापासून दूध, दुग्धजन्य पदार्थ, मांस, कातडी, खत इत्यादी प्राणिज उत्पादने घेतली जातात. तसेच वराहपालन, कुक्कुटपालन या प्रकारचेही व्यवसाय ग्रामीण वसाहतीत करतात. जगात काही प्रदेशात भटक्या स्वरूपाचे पशुपालन तर काही प्रदेशात स्थायी स्वरूपाचे व व्यापारी तत्त्वावर पशुपालन व्यवसाय केले जातात.

उदा., आफ्रिकेतील मसाई जमातीचे क्रॉल खेडे, प्रेअरीज, पंपाज, व्हेल्ड, डाऊन्स इत्यादी गवताळ प्रदेशात पशुपालक खेडी निर्माण झाली आहेत.

**(3) मासेमारी (Fishing) :** जी खेडे नद्या, सरोवरे, तलाव, समुद्रकिनारे इत्यादी जलाशयाजवळ वसलेली असतात त्यांचा मुख्य व्यवसाय मासेमारी असतो. या खेड्यातील लोक जाळे विणणे, गळ, बोटी इत्यादी मासेमारीसाठी लागणारी साधनसामग्री बनवितात. या खेड्यातील लोक जलाशयात मासे पकडून आपला उदरनिर्वाह चालवितात. तसेच मासे वाळविणे, खारवणे, खतनिर्मिती या व्यवसायातही गुंतलेले असतात, अशा खेड्यास मासेमारी खेडे असे म्हणतात.

उदा., भारताच्या पूर्व व पश्चिम किनारपट्टीवरील खेडे तसेच समुद्रकिनाऱ्याजवळील काही लोक मिठागृहात मीठ तयार करण्याचा मासेमारीसोबत पूरक व्यवसाय करतात. गुजरातमधील सौराष्ट्र व कच्छ या ठिकाणी हे व्यवसाय विकसित झालेले आहेत.

**(4) लाकूडतोड (Lumbering) :** लाकूडतोड हा नैसर्गिक वनस्पतीवर आधारलेला व्यवसाय आहे. लाकूड हे इंधन, कागद व लगदानिर्मिती, फर्निचर, कोळसा, इमारती बांधकाम, शेतीपूरक अवजारे, जहाजबांधणी, मोटारबांधणी, रेल्वे स्लीपर्स इत्यादींसाठी वापरले जाते. अशा स्वरूपाच्या वस्त्या या स्थायी व अस्थायी स्वरूपाच्या असतात. तैगा अरण्याचे प्रदेश, उपहिमालयीन प्रदेश, ईशान्य भारतातील गारो, खासी, जैंतिया, पतकोई डोंगररांगांमध्ये अशी लाकूडतोड खेडी निर्माण झाली आहेत. या वस्तीचे प्रमुख कार्य लाकूडतोड असते म्हणून यास लाकूडतोड खेडे असे म्हणतात.

**(5) खाणकाम (Mining) :** ज्या प्रदेशात लोहखनिज, मँगनीज, बॉक्साइट व दगडी कोळसा अशी खनिजे व ऊर्जा साधने आढळतात. त्या प्रदेशात खाणकाम हा व्यवसाय चालतो. यामध्ये भूगर्भातील खनिजांचे उत्खनन केले जाते. अशा वस्त्या या स्थायी व अस्थायी स्वरूपाच्या असतात. जोपर्यंत खनिज साठे उपलब्ध आहेत तोपर्यंत तेथे खाणकाम हा व्यवसाय चालतो. जेव्हा खनिजांचे साठे संपुष्टात येतात तेव्हा तेथील लोक दुसरीकडे स्थलांतर करतात. ही खेडी ओस पडतात. अशा खेड्यास भुताटकीची खेडी (Ghost Village) असे म्हणतात. छोटा नागपूर पठारावर अशी खेडी निर्माण झाली आहेत.

**(6) वन संकलन (Food Gathering ) :** जंगलाच्या परिसरात राहणारे लोक या व्यवसायात गुंतलेले असतात. या व्यवसायामध्ये मध, डिंक, लाख, कंदमुळे, फळे, मोहाची फुले, तेंदूची पाने, हिंग, औषधी वनस्पती इत्यादी पदार्थांचे संकलन केले जाते. तसेच अशा वस्तीत हस्तोद्योग व कुटीरोद्योगांचा विकास होतो.

**(7) इतर व्यवसाय (Other Function) :** हा प्रमुख व्यवसायाशिवाय ग्रामीण वसाहतीत दुकानदारी, सामाजिक सेवा, प्रशासकीय कार्य, धार्मिक कार्य व पर्यटन ही कार्ये चालतात. अलीकडे पर्यटन हा व्यवसाय ग्रामीण भागात मोठ्या प्रमाणात विकसित होत आहे. यामध्ये कृषी पर्यटन (Agro Tourism) खेडी निर्माण होत आहेत.

## 4.2 नागरी वसाहत (Urban Settlement)

**नागरी वसाहत व्याख्या :**

* "ज्या वसाहतीतील बहुतांश लोक द्वितीयक, तृतीयक व चतुर्थक श्रेणीच्या व्यवसायामध्ये गुंतलेले असतात, त्या वसाहतीस नागरी वसाहत असे म्हणतात. "

  **– फ्रेडरिक रॅटझेल**

  "The settlements in which most of the people are engaged in secondary, tertiary and quarternary activities are known as urbran settlements .

* "ज्या वसाहतीतील लोकसंख्या 5000 पेक्षा जास्त, लोकसंख्येची घनता दर चौ.कि.मी. ला 400 पेक्षा अधिक व 75% पेक्षा जास्त लोकसंख्या ही प्राथमिक व्यवसायाव्यतिरिक्त इतर व्यवसायात गुंतलेली असते, अशा वसाहतीस नागरी वसाहती असे म्हणतात.

नागरी वसाहती या सामाजिक, आर्थिक, राजकीय परिस्थितीचे एकत्रित स्वरूप दर्शवितात. नगराचे स्वरूप काळानुरूप बदलत असते. नगरे ही व्यापारी व उद्योगाची केंद्रे

असतात. तसेच नगरात शासकीय, आर्थिक, सामाजिक, सांस्कृतिक केंद्रेही उदयास येतात. नागरी वसाहती या अन्नासाठी ग्रामीण वसाहतीवर अवलंबून असतात.

डिकिन्सन, जॉर्ज झिफ, कार्ल सॉओर, हॅरीस, उलमन, वेब, निल्सन थॉगरसन, पॉवनॉल, ख्रिस्टलर, ग्रिफिथ टेलर, लुईस, ममफोर्ड, मुखर्जी, प्रकाशराव, जानकी, सिंग, मुळीक इत्यादी भूगोलतज्ज्ञांनी नागरी भूगोलाच्या विकासामध्ये योगदान दिले.

**नागरी वसाहतीची वैशिष्ट्ये :**

1. नागरी वसाहती या स्थिर व कायमस्वरूपी असतात.
2. नागरी वसाहतीमध्ये द्वितीयक, तृतीयक व चतुर्थक व्यवसायामध्ये गुंतलेल्या लोकांचे प्रमाण जास्त असते.
3. नागरी वसाहतीचा विस्तार क्षितिजसमांतर दिशेबरोबरच उभ्या दिशेतही होतो.
4. नागरी वसाहतीमध्ये घरांची रचना, आकार नियोजनबद्ध असतो.
5. नागरी वसाहतीतील घरे ही पक्की, सिमेंट, विटा व वाळू यापासून बनविलेली असतात.
6. नागरी वसाहतीमध्ये लोकसंख्येचे प्रमाण व घनता अधिक असते.
7. नागरी वसाहतीमध्ये वाहतूक, दळणवळण व इतर सेवासुविधांचा विकास झालेला असतो.
8. नागरी वसाहतीमध्ये वाहतूक, झोपडपट्ट्या, प्रदूषण इत्यादी समस्यांचे प्रमाण जास्त असते.

## 4.2.1 नागरी वसाहतीचे कार्यात्मक वर्गीकरण

**(Functional Classification of Urban Settlement)**

शहरात अनेक प्रकारची कार्ये चालतात. एखाद्या शहरात अनेक कार्ये असली तरी त्यातील कोणते तरी एखादे कार्य महत्त्वाचे असते. त्यामुळे नागरी वसाहतीचे कार्यानुसार वर्गीकरण करणे गुंतागुंतीचे आहे. भूगोलतज्ज्ञांनी स्थान, स्थिती, आकार, उंची व श्रेणी या आधारावर नगराचे वर्गीकरण केले असले तरी सर्वसामान्यपणे नागरी वसाहतीचे वर्गीकरण कार्यानुसार करणे सोईस्कर असते. नागरी वसाहतीत चालणाऱ्या कार्यानुसार केलेल्या वर्गीकरणास नागरी वसाहतीचे कार्यात्मक वर्गीकरण असे म्हणतात.

सी.डी. हॅरीस या भूगोलतज्ज्ञाने नागरी वसाहतीचे कार्यानुसार वर्गीकरण केले आहे ते खालीलप्रमाणे –

**(1) ऐतिहासिक नगरे (Historical Town or Cities ) :** काही नगरांचा विकास हा प्रामुख्याने ऐतिहासिक घटनांमुळे झालेला असतो. अशा नगरास ऐतिहासिक नगरे असे म्हणतात. युद्धभूमी, किल्ले, स्मारके, ऐतिहासिक वास्तू, राजवाडे, ऐतिहासिक राजधान्यांची ठिकाणे, ऐतिहासिक तह झालेली ठिकाणे अशा ठिकाणी वसाहती निर्माण होऊन त्याचे रूपांतर शहरात होते. उदा., विजापूर, औरंगाबाद, ग्वाल्हेर, झाशी, आग्रा, चित्तोडगड, पानिपत, कुरूक्षेत्र, हैदराबाद, सुरत, प्लासी, व्हिएन्ना, वॉटर्लू, पॅरिस, इत्यादी ऐतिहासिक शहरे आहेत.

**(2) प्रशासकीय नगरे (Administrative Towns ) :** प्रशासन हे नागरी वसाहतीचे एक महत्त्वाचे कार्य आहे. देशाच्या राजधान्या, राज्याच्या राजधान्या, जिल्ह्यांची व तालुक्यांची मुख्यालये इत्यादी ठिकाणे प्रशासनाच्या कार्यासाठी स्थापन होतात व अशा ठिकाणी सरकारी कार्यालये, न्यायालये, शासकीय दवाखाने, विद्यापीठे, पोलीस मुख्यालय, जिल्हा परिषद, पंचायत समिती, तहसील कार्यालये इत्यादी कार्यालये असतात. अशा ठिकाणांना प्रशासकीय नगरे असे म्हणतात. उदा., दिल्ली, इस्लामाबाद, ढाका, कोलंबो, न्यूयॉर्क, टोकियो, मेक्सिको सिटी, जकार्ता, पॅरिस, लंडन, कैरो, मेलबर्न, शांघाय, कॅनबेरा, मुंबई, चेन्नई, कोलकाता इत्यादी.

**(3) औद्योगिक नगरे (Industrial Town) :** 18 व्या शतकाच्या उत्तरार्धात व 19 व्या शतकाच्या पूर्वार्धात औद्योगिक क्रांती युरोप खंडातील ग्रेट ब्रिटन येथे झाली. त्यानंतर कारखानदारीचा विकास युरोपबरोबरच जगाच्या इतर भागात झाला. ज्या ठिकाणी उद्योगधंद्यांच्या स्थानिकीकरणास अनुकूल असलेले घटक उपलब्ध असतात अशा ठिकाणी विविध उद्योगधंद्यांचा विकास होऊन औद्योगिक नगरे विकसित होतात. अशा ठिकाणी उद्योगधंद्याच्या विकासाबरोबर व्यापार, दळणवळण व वाहतुकीस चालना मिळते. अशा नगरामध्ये लोह-पोलाद, सुतीकापड उद्योग, अभियांत्रिकी, रासायनिक, स्वयंचलित वाहन उद्योग इत्यादी उद्योगांचा विकास होतो.

उदा., जमशेदपूर, बर्नपूर, मुंबई, कोईमतूर, चेन्नई, अहमदाबाद, सुरत, लंडन, टोकियो, मँचेस्टर, शांघाय, पीट्सबर्ग, डेट्राइट, ग्लासगो, मॉस्को, ओसाका इत्यादी औद्योगिक नगरे आहेत.

**(4) व्यापारी नगरे (Commercial Town) :** ज्या ठिकाणी आसपासच्या परिसरातील माल संकलित होतो. संकलित झालेला माल तेथून विस्तारित होतो. अशा ठिकाणांना व्यापारी नगरे असे म्हणतात. उत्पादन, वितरण व विनिमय ही या नगराची महत्त्वाची कार्ये चालतात.

उदा., मुंबई, चेन्नई, कोलकाता, अहमदाबाद, सुरत, बडोदा, कानपूर, हुगळी, कोचीन, मॉस्को, टोकिओ, लंडन, पॅरिस, कराची, कोलंबो, इत्यादी व्यापारी नगरे आहेत.

(5) **वाहतूक व दळणवळण नगरे (Transportation and Communicational Towns) :** ज्या ठिकाणी रस्ते, लोहमार्ग, हवाईमार्ग व जलमार्गाचा विकास होतो, अशा ठिकाणी वाहतूक दळणवळणा नगराची निर्मिती होते. ज्या शहरामध्ये वाहतुकीची संलग्नता उपलब्ध असते, अशा ठिकाणी वाहतूक व दळणवळण नगरे विकसित होतात. ज्या ठिकाणी रेल्वेची जंक्शन, बंदरे, आंतरराष्ट्रीय विमानतळे असतात. ती वाहतूक व दळणवळणाची नगरे बनतात. उदा.,मिरज, मुंबई, भुसावळ, कोलकाता, मनमाड, चेन्नई, दिल्ली, बर्लिन, पॅरिस, माँट्रीयल, शिकागो, शांघाय, पनामा, लंडन, याकोहामा, टोकिओ इ.

(6) **शैक्षणिक व सांस्कृतिक नगरे (Educational and Cultural Towns) :** ज्या नगरामध्ये विविध कला, उत्सव, सांस्कृतिक वारसा, शैक्षणिक विकास मोठ्या प्रमाणावर झालेला असतो. अशी कार्ये ज्या नगरामध्ये चालतात त्यांना शैक्षणिक व सांस्कृतिक नगरे असे म्हणतात. शिक्षण केंद्राच्या ठिकाणी अनेक महाविद्यालये, विद्यापीठे, संशोधन केंद्रे इत्यादी तसेच पुस्तकालये विकसित होतात. त्यामुळे अशा ठिकाणी देशातील व परदेशातील विद्यार्थी येतात व नगराचा विकास होतो. उदा., ऑक्सफर्ड, केंब्रिज, हॉवर्ड, हायडेलबर्ग, लायडन, अलीगढ, वाराणसी, पिलानी, पुणे, दिल्ली, चेन्नई, कोलकाता, कुरुक्षेत्र, इत्यादी.

(7) **धार्मिक नगरे (Religious Towns) :** जगामध्ये अनेक ठिकाणी धार्मिक केंद्रे आहेत. त्यामुळे अशा ठिकाणी धार्मिक कार्ये चालतात. देशातील व परदेशातील अनेक लोक धार्मिक दृष्टिकोनातून अशा ठिकाणांना भेटी देतात. उदा., रोम, व्हॅटिकन सिटी, जेरूसलेम, मक्का, मदिना, ल्हासा, काशी, हरिद्वार, तिरुपती, पंढरपूर, शिर्डी, उज्जैन, त्र्यंबकेश्वर, अशा ठिकाणी विविध धार्मिक इमारती, धार्मिक साहित्याची विक्री करणारी दुकाने तसेच यात्रेकरूंना सेवासुविधा पुरविणारी केंद्रे निर्माण होतात.

(8) **मनोरंजन व आरोग्य केंद्रे (Entertainment and Health Towns ) :** ज्या शहरामध्ये मनोरंजनाच्या व आरोग्याच्या दृष्टीने पोषक परिस्थिती निर्माण होते, अशा ठिकाणी मनोरंजन व आरोग्यविषयक नगरांची निर्मिती होते. येथील हवामान आल्हाददायक असते. नैसर्गिक सृष्टीसौंदर्याची उधळण असते. उदा., हॉलिवूड, सिमला, उटी, श्रीनगर, दार्जिलिंग, कुलू मनाली, माऊंट अबू , केन्स, जिनिव्हा. बांडुंग, स्ट्रॅफोर्ड, ऑन अव्हान, इत्यादी.

(9) **लष्करी नगरे (Military Towns) :** काही ठिकाणांना निसर्गतः किंवा भौगोलिकदृष्ट्या लष्करी दृष्टीने महत्त्व प्राप्त होते. अशा ठिकाणी लष्करी तळ, प्रशिक्षण केंद्रे, शस्त्रनिर्मिती नाविक व हवाई दल केंद्रे अशी कार्ये या लष्करी नगरात चालतात. उदा.,

भारतातील डेहराडून, मिरत, अंबाला, खडकी, इत्यादी पाकिस्तानातील पेशावर, कराची, ग्रेट ब्रिटनमधील प्लेमाऊथ व पोर्टसमाऊथ, कॅनडातील हॅलीफॅक्स व नोवास्कॉटीआ इत्यादी महत्त्वाची लष्करी नगरे आहेत.

**(10) संमिश्र नगरे ( Mixed Towns) :** जगात अनेक महानगरात वेगवेगळ्या प्रकारची अनेक कार्ये चालतात. अशा नगरांना संमिश्र नगरे असे म्हणतात. अशा नगरात प्रशासन, शिक्षण, व्यापार, वाहतूक, उद्योग, इत्यादी अनेक कार्ये एकत्रित दिसून येतात. उदा., मुंबई, न्यूयॉर्क, वॉशिंग्टन, डि.सी., लंडन, मँचेस्टर, रावळपिंडी, लाहौर, बगदाद, बाकू, नैरोबी, टोकिओ, मॉस्को, कोलंबो, ओसाका, शांघाय इत्यादी.

**(11) इतर नगरे (Other Towns ) :** या प्रमुख कार्यात्मक नगरांशिवाय खाणकाम नगरे, बोकारो, झारिया, राणीगंज, कुलगार्डी, कालगुर्ली, जोहान्सबर्ग इत्यादी मासेमारी नगरे (रत्नागिरी, मालवण, वेंगुर्ला, हेलिफॅक्स इ.) बंदरांची नगरे (मुंबई, चेन्नई, कोलकत्ता, विशाखापट्टणम, पनामा, लिव्हरपूल, हॅम्बुर्ग, इत्यादी.)

## 4.3 नागरिकीकरण व जागतिक नागरिकीकरणाचा कल

नागरिकीकरण ही एक संथ गतीने होणारी प्रक्रिया आहे. या प्रक्रियेचे ग्रामीण भागाचे रूपांतर शहरी भागात होत असते. नगराची निर्मिती नागरिकीकरणाच्या प्रकियेतून होते. नागरिकीकरणाची प्रक्रियेची सुरुवात नक्की कधी झाली हे सांगणे कठीण आहे. विकसित देशामध्ये विकसनशील व अविकसित देशापेक्षा नागरिकीकरणाचे प्रमाण जास्त आहे. एखाद्या ठिकाणी द्वितीयक स्वरूपाचे उद्योग सुरू झाले की त्या ठिकाणी इतर प्रदेशातील लोक रोजगाराच्या निमित्ताने तेथे येऊन स्थायिक होऊ लागतात. त्या वेळी त्या ठिकाणची लोकसंख्या वाढत जाऊन या ठिकाणाचे रूपांतर मोठ्या नगरात होते. तर काही वेळा एखाद्या ठिकाणास औद्योगिक व व्यापारीदृष्ट्या महत्त्व प्राप्त होऊन त्या ठिकाणाची वेगाने वाढ होऊन नागरिकीकरण होते. औद्योगिकीकरणाची देणगी म्हणजेच नागरिकीकरण होय. नागरिकीकरणात खेड्याचे रूपांतर नगरात, नगराचे रूपांतर शहरात व शहराचे रूपांतर महानगरात, महानगराचे रूपांतर महाकायनगरात होते.

**नागरिकीकरणाची व्याख्या व अर्थ (Definitions and Meaning of Urbanization) :** नागरिकीकरणास इंग्रजीमध्ये Urbanization असे म्हणतात. नागरिकीकरण हा शब्द Urban या शब्दापासून आलेला आहे. Urban हा शब्द लॅटिन भाषेतील Urbs या शब्दापासून तयार झाला आहे. Urbs या शब्दाचा अर्थ नगर किंवा शहर असा होतो. अशा प्रकारे या शब्दाचा अर्थ नगरासंबंधी किंवा शहरासंबंधी असा होतो.

नागरिकीकरणाच्या विविध तज्ज्ञांनी व्याख्या केलेल्या आहेत. त्या पुढीलप्रमाणे -

* "नागरिकीकरण म्हणजे ग्रामीण वसाहतीचे रूपांतर नागरी वसाहतीमध्ये होणे होय." **- अर्नेस्ट बर्गेस**
* "ज्या ठिकाणी औद्योगिकीकरण अधिक प्रमाणात आढळते आणि तेथील मानवाची आधुनिक जीवनशैली तयार होते त्यास नागरिकीकरण असे म्हणतात." **- एन.अँडरसन**
* "नागरिकीकरणाच्या प्रक्रियेत सभोवतालच्या ग्रामीण भागातून नागरी ठिकाणाकडे नेहमी स्थलांतरित होणाऱ्या लोकांच्या समूहाला नागरिकीकरण असे म्हणतात." **- एम. ओल्सन**
* "शेतीव्यवसाय असलेल्या ग्रामीण भागाची लोकसंख्या जेव्हा उद्योगधंदे, व्यापार, वाहतूक-दळणवळण व शासकीय व्यवहार असलेल्या मोठ्या वसाहतीकडे स्थलांतर करते. या संपूर्ण प्रक्रियेला नागरिकीकरण असे म्हणतात." **- डब्ल्यू. थॉमसन**
* "ज्या वेळी मोठ्या संख्येने लोक खेड्यातून शहराकडे येतात ते लोक शेती-व्यवसाय सोडून यांत्रिक उत्पादनाचा स्वीकार करतात, आपल्या सवयी आवडी-निवडीमध्ये बदल करतात आणि तेथील परिस्थितीनुसार आपले राहणीमान बदलण्यास सुरुवात करतात, त्यास नागरिकीकरण असे म्हणतात." **- के. मिचेल**
* "उदरनिर्वाहाच्या हेतूने आणि सामाजिक व आर्थिक संरक्षणाच्या दृष्टीने एक दर्जा प्राप्त करून घेण्यासाठी केलेली स्वतःची विशिष्ट पद्धतीची रचना म्हणजे नागरिकीकरण होय." **- लॅम्पार्ड**
* "ग्रामीण वसाहती तेथील व्यवसाय व उत्पादन यांचे वेगळ्या वसाहतीत, वेगळ्या व्यवसायात व वेगळ्या उत्पादनात रूपांतर म्हणजे नागरिकीकरण होय." **- संयुक्त राष्ट्रसंघ (UNO)**

वरील सर्व व्याख्यांचा विचार केल्यास नागरिकीकरणाची सर्वसमावेशक व्याख्या - 'नागरिकीकरण प्रक्रिया म्हणजे ग्रामीण वसाहतीचे नागरी वसाहतीत रूपांतर होणे होय.'

**नागरिकीकरणाची वैशिष्ट्ये :**

1. नागरिकीकरण ही एक संथ गतीने होणारी प्रक्रिया आहे.
2. नागरिकीकरण प्रक्रिया ही सदैव कार्यान्वित, गतिशील व परिवर्तनशील आहे.
3. नागरिकीकरण प्रक्रिया प्राचीन काळापासून असून औद्योगिक क्रांतीनंतर यास गतिमान व आधुनिक स्वरूप प्राप्त झाले आहे.

4. विसाव्या शतकामध्ये जगातील पातळीवर नागरिकीकरण मोठ्या प्रमाणावर झाल्याने यास नागरिकीकरण युग असे म्हटले जाते.
5. नागरिकीकरण प्रक्रिया आर्थिक, औद्योगिक व तांत्रिक विकासामुळे प्रगत झाल्याने आर्थिक स्थलांतरासारख्या प्रवृत्तीला चालना मिळाली आहे.
6. नागरिकीकरण प्रक्रियेने वैयक्तिक व सामाजिक जीवनामध्ये आमूलाग्र परिवर्तन झालेले आढळते.
7. नागरी समूहामध्ये राहणाऱ्या मानवाचा विविध वंश, धर्म, रूढी, परंपरा व जातीच्या लोकांशी आलेल्या संपर्काने त्यांच्या आचार-विचार, स्वभाव, सवयी व चालीरीती यामध्ये बदल होतो व हा बदल विधायक व विघातक स्वरूपाचाही असू शकतो.
8. नागरिकीकरणाची प्रक्रिया, वेग विकसनशील देशात जास्त आहे तर विकसित देशामध्ये नागरिकीकरणाचे प्रमाण जास्त आहे.

### *जागतिक नागरिकीकरणाचा कल*
### (Trend of Urbanization in World)

नागरिकीकरण प्रक्रियेचा फार प्राचीन इतिहास आहे. जगामध्ये ज्या वेळी मानवाने शेती करण्यास सुरुवात केली त्या वेळेपासून नागरिकीकरणाची प्रक्रिया सुरू आहे. सुमारे 5500 वर्षांपूर्वी मेसोपोटेमियातील तैग्रीस व युफ्राटिस नद्यांच्या खोऱ्यात जगातील 'उर' (सध्या इराक) ही पहिली नागरी वसाहत उदयास आली. इ.स. पूर्व 600 ते 400 या काळात ग्रीक व रोमन संस्कृतीत नागरिकीकरणाचा विकास जलद गतीने झाला. तर इ.स.पूर्व 500 मध्ये अथेन्स हे जगातील सर्वांत मोठे शहर होते. याची लोकसंख्या 12000 ते 18000 दरम्यान होती. त्याच वेळी रोमन व इटलीमध्येही अनेक नागरी केंद्रे निर्माण झाली होती. तर अंधकार युगात (इ.स. 450 ते 1250) युरोप खंडात धार्मिक विचारसरणी अति प्रबळ झाल्याने नागरिकीकरणाच्या वेगाला परत अधोगती लागली. पुढे 18 व्या शतकाच्या उत्तरार्धात व 19 व्या शतकाच्या पूर्वार्धात युरोपमध्ये औद्योगिक क्रांती घडून आल्याने खऱ्या अर्थाने नागरिकीकरणाला सुरुवात झाली. त्यामुळे जगातील सर्वच भागात नागरिकीकरणाला गती आली. नगरे वाढली व तेथील लोकसंख्येचे प्रमाण वाढले.

सन 1800 ते 1950 या 150 वर्षांच्या काळामध्ये जगातील नागरिकीकरणाचा वेग फारच गतीने वाढला. या काळात जगातील व्यापारात वाढ झाल्यामुळे जपान, ब्रिटन, हॉलंड, इटली, फ्रान्स या देशांमधील नागरी लोकसंख्या वाढल्यामुळे या युरोपियन लोकांनी आशियायी, अमेरिकन देशात वसाहती निर्माण केल्या. तेव्हापासून आशिया खंडात नागरिकीकरणाचा वेग वाढला.

**जागतिक नागरिकीकरण (1800 ते 2050) :**

| क्र. | वर्ष | जागतिक लोकसंख्या (लोकसंख्या लाखात) | नागरी लोकसंख्या (टक्केवारीत) |
|---|---|---|---|
| 1. | 1800 | 907 | 2.4 |
| 2. | 1900 | 1610 | 9.2 |
| 3. | 1950 | 2509 | 20.9 |
| 4. | 1991 | 5234 | 43.0 |
| 5. | 2001 | 6132 | 48.0 |
| 6. | 2010 | 6895 | 50.0 |
| 7. | 2025* | 8039 | 57.0 |
| 8. | 2050* | 9366 | 66.0 |

**संदर्भ : संयुक्त राष्ट्रसंघ लोकसंख्या विभागणी**

सन 1800 मध्ये जगातील नागरी लोकसंख्या फक्त 2.4 टक्के होती. ती 1900 मध्ये 9.2 टक्के, 1950 मध्ये 20.9 टक्के वाढली. सन 1950 ते 1991 या दरम्यान जगातील नागरी लोकसंख्येचे प्रमाण 20.9 टक्क्यांवरून ती 43% पर्यंत वाढली. 1991 नंतर जागतिकीकरण, उदारीकरण, खासगीकरण यामुळे नागरिकीकरणाचा वेग, नागरी वसाहतीमध्ये राहणाऱ्या लोकांचे प्रमाण वाढले. जगातील नागरिकीकरणाचा कल लक्षात घेता 2025 मध्ये 57% आणि 2050 मध्ये 66% जागतिक लोकसंख्या ही नगरात राहणारी असेल.

**जगातील खंडानुसार नागरी लोकसंख्या**

| क्र. | खंड | 1991 | 2000 | 2025 |
|---|---|---|---|---|
| 1. | आफ्रिका | 34% | 38.5% | 49.6% |
| 2. | युरोप | 75.2% | 75% | 90.0% |
| 3. | उत्तर अमेरिका | 78.2% | 80.5% | 86.0% |
| 4. | दक्षिण अमेरिका | 66.4% | 68.5% | 75.0% |
| 5. | आशिया | 34% | 40% | 50.0% |
| 6. | ओशिनिया | 70.04% | 72.5% | 75.3% |
| | **जग** | **43%** | **50%** | **57%** |

**संदर्भ : संयुक्त राष्ट्र संघटना लोकसंख्या विभागणी**

वरील आकडेवारीवरून असे दिसून येते की, 1991 मध्ये आशिया व आफ्रिका खंडात नागरी लोकसंख्येचे प्रमाण 34 टक्के होते तर दक्षिण अमेरिका व ओशिनियामध्ये अनुक्रमे 66.4 टक्के व 70.04 टक्के लोकसंख्या नागरी भागात राहत होती तर सर्वांत जास्त म्हणजे उत्तर अमेरिका व युरोपमध्ये अनुक्रमे 78.2 टक्के व 75.2 टक्के इतकी लोकसंख्या नागरी भागात राहत होती. तर 2025 मध्ये जगात नागरी लोकसंख्या अनुक्रमे युरोप 90 टक्के, उत्तर अमेरिका 86 टक्के, ओशिनिया 75.3 टक्के, दक्षिण अमेरिका 75 टक्के, आशिया 50 टक्के व आफ्रिका 49.6 टक्के एवढी असेल. थोडक्यात यावरून असे दिसते की, जगातील विविध खंडात नागरिकीकरणाचे प्रमाण वाढत जाईल.

### *भारतातील नागरिकीकरण*

भारत हा कृषीप्रधान देश आहे. भारतातील बहुतांश लोक खेड्यात राहतात. परंतु गेल्या काही वर्षांपासून भारतातील ग्रामीण लोकसंख्येचे प्रमाण कमी होत असून शहरी लोकसंख्येचे प्रमाण वाढत आहे. कारण शहरे ही उद्योगधंदे, व्यापार, वाहतूक - दळणवळण, मनोरंजन, शिक्षण, आरोग्य इत्यादींची केंद्रे असतात.

**भारतातील नागरी लोकसंख्या प्रमाण :**

| क्र. | वर्ष | लोकसंख्या (टक्केवारीत) |
|---|---|---|
| **1.** | 1901 | 11.4 |
| **2.** | 1951 | 17.4 |
| **3.** | 1991 | 25.7 |
| **4.** | 2001 | 28.5 |
| **5.** | 2011 | 31.16 |
| **6.** | 2017 | 34.00 |
| **7.** | **2030*** | **40.76** |

**संदर्भ : जागतिक लोकसंख्या अहवाल**

सन 1901 मध्ये 11.4 टक्के लोक नगरात राहत होते. तर 1991 मध्ये ते प्रमाण 25.7 टक्के इतके म्हणजे दुपटीपेक्षा जास्त झाले. सन 2017 मध्ये भारतात नागरी लोकसंख्येचे प्रमाण 34 इतके झाले. सन 2030 मध्ये भारतात नागरी लोकसंख्येचे प्रमाण सुमारे 40.76 टक्क्यांपर्यंत जाईल. भारतात 2011 च्या जनगणनेनुसार सर्वांत जास्त नागरी लोकसंख्या गोवा 62.17 टक्के, मिझोराम 52.11 टक्के, तमिळनाडू 48.40 टक्के, केरळ 47.70%, महाराष्ट्र, 45.23 टक्के, गुजरात 42.6 टक्के या राज्यांत आहे तर भारतात सन 2011 नुसार दिल्ली, मुंबई, कोलकाता, चेन्नई, बेंगलोर, हैद्राबाद, अहमदाबाद, पुणे, सुरत, जयपूर या शहरांत नागरी लोकसंख्येचे प्रमाण सर्वांत जास्त आहे.

## 4.4 नागरी वसाहतीच्या समस्या (Problems of Urban Settlement)

जगात आज सुमारे 50 टक्क्यांपेक्षा अधिक लोकसंख्या ही नागरी वसाहतीत राहत आहे. सध्या जगातील सर्वच देशांमध्ये नागरी वसाहतीमध्ये राहणाऱ्यांचे प्रमाण दिवसेंदिवस वाढत चालले आहे. या वाढत्या लोकसंख्येमुळे नागरी वसाहतीत विविध समस्या निर्माण होत आहेत. त्या समस्या खालीलप्रमाणे –

**(1) स्थलांतर (Migration) :** एका भौगोलिक किंवा राजकीय विभागातून दुसऱ्या विभागात व्यक्ती किंवा व्यक्तिसमूह मूळ निवासस्थान सोडून दीर्घकालीन किंवा कायमस्वरूपी वास्तव्य करतात, यालाच स्थलांतर असे म्हणतात. स्थलांतर हे आकर्षण व अपसरण घटकांमुळे घडते. शहरे ही औद्योगिक, व्यापारी, वाहतूक-दळणवळण, करमणूक, मनोरंजन, शिक्षण, आरोग्य इत्यादी सोई-सुविधांची केंद्रे असतात. त्यामुळे ग्रामीण भागातील लोक शहरी भागात आकर्षित होऊन स्थलांतर करतात. तसेच लोकांना शहरी भागात रोजगार उपलब्ध होतो. त्यामुळे नागरी वसाहतीची लोकसंख्या वेगाने वाढते. या वाढत्या लोकसंख्येचा तेथील सोई-सुविधांवर ताण पडतो.

**(2) झोपडपट्ट्या किंवा गलिच्छ वस्त्या (Slum ) :** नागरी वसाहतीमधील ही एक प्रमुख गंभीर समस्या आहे. झोपडपट्टी ही एक शहराला झालेला कॅन्सर होय. औद्योगिकीकरण, व्यापार, वाहतूक, दळणवळण सुविधा, वैज्ञानिक व तांत्रिक प्रगती इत्यादींमुळे नगराचा विस्तार वाढला पण नगर नियोजनाच्या अभावामुळे तसेच जागेच्या वाढत्या किमतीमुळे झोपडपट्ट्यांची निर्मिती होत आहे. झोपडपट्ट्या या अनेक समस्यांचे आगार बनलेले आहे. झोपडपट्ट्यांमध्ये सांडपाणी निचऱ्याचा अभाव, अपुरा पाणीपुरवठा वीज, रस्ते, गटारे, शौचालये, इ. सुविधांचा अभाव तसेच घाणीच्या साम्राज्यामुळे अस्वच्छता निर्माण होते. झोपडपट्ट्यात गुन्हेगारी व गुंडांचे साम्राज्य वाढल्यामुळे गुन्हेगारीचे अड्डे बनत आहेत. त्यामुळे तेथे सामाजिक समस्या निर्माण होत आहेत. याचा विपरीत परिणाम तेथील लहान मुलांवर होत आहे. थोडक्यात, झोपडपट्ट्या व गलिच्छ वस्त्यांमध्ये सामाजिक, आर्थिक, मानसिक व आरोग्यविषयक समस्या भयंकर रूप धारण करत आहेत. उदा. धारावी, झोपडपट्टी (मुंबई) ही आशिया खंडातील सर्वांत मोठी झोपडपट्टी आहे.

**(3) वाढती लोकसंख्या (Growth of Population) :** औद्योगिकीकरण, व्यापार, वाहतूक, दळणवळण व नागरी सुविधांमुळे ग्रामीण भागातून शहरी भागात लोकसंख्येचे मोठ्या प्रमाणात स्थलांतर होत आहे. त्यामुळे शहराच्या लोकसंख्येत वाढ

होऊन अनेक समस्या नागरी वसाहतीत निर्माण होत आहेत. वाढत्या लोकसंख्येचा दूध, भाजीपाला, फळे व जीवनावश्यक वस्तूंवर ताण पडत आहे. लोकसंख्येच्या मानाने नागरी वसाहतीतील सुविधा अपुऱ्या पडतात

**(4) निवासी जागेची / घरांची टंचाई (Lack of Houses) :** अन्न, वस्त्राबरोबर निवारा ही मानवाची एक मूलभूत गरज आहे. नागरी वसाहतीत वाढती लोकसंख्या, उद्योगधंदे, कारखाने यामुळे जागेची टंचाई निर्माण होत आहे.या जागेच्या टंचाईमुळे शहरात जागेच्या किमती वाढत आहेत. त्यामुळे रेल्वेस्थानकावर, बसस्थानके, रस्त्यावरील फूटपाथवर अनेक लोकांना आसरा घ्यावा लागत आहे. सध्या जगातील अनेक देशांत निवासी जागेचा प्रश्न गंभीर बनत चालला आहे तसेच जगातील मोठमोठ्या शहरात एका खोलीत राहणाऱ्यांचे प्रमाण वाढत आहे. उदा., मुंबई, कोलकाता, टोकिओ, शांघाय, दिल्ली इत्यादी.

**(5) शहराचा ऊर्ध्व विकास (Vertical Development of Cities) :** नागरी वसाहतीतील वाढत्या लोकसंख्येमुळे जागेची टंचाई असल्यामुळे शहराचा क्षितिजसमांतर विकासाबरोबरच ऊर्ध्व दिशेने विकास होत आहे. घरासाठी जागा उपलब्ध होत नसल्याने शहरात अनेक गगनचुंबी इमारती तयार होत आहेत. त्यामुळे खेळत्या हवेचा अभाव, इमारतीमध्ये चढणे-उतरणे त्रासाचे असते. त्याचबरोबर इमारतींना आग लागल्यास जीवित व वित्तहानी मोठ्या प्रमाणात होते. आज जगातील दिल्ली, मुंबई, कोलकाता, चेन्नई, टोकिओ, शांघाय, बिजिंग, मॉस्को, पॅरिस, लंडन, शिकागो, दुबई, न्यूयॉर्क इत्यादी शहरांत अनेक गगनचुंबी इमारती दिसून येत आहेत. सौदी अरेबियातील बुर्ज खलिफा ही जगातील सर्वोच्च इमारत मानली जाते.

**(6) प्रदूषण (Pollution) :** प्रदूषण ही नागरी वसाहतीतील एक गंभीर समस्या आहे. प्रदूषणामुळे नागरी वसाहतीतील मानवी जीवनाबरोबरच पशू-पक्षी, वनस्पती व इमारतींवर विपरीत परिणाम होऊ लागला आहे. शहराची वाढती लोकसंख्या, कारखान्यातून बाहेर पडणारा धूर, औद्योगिक व घरगुती सांडपाण्याची अयोग्य विल्हेवाट, शहरातील घनकचऱ्याचे अव्यवस्थापन, वाहनाचा व कारखान्याचा, लाऊडस्पिकर ध्वनी यामुळे नागरी वसाहतीत हवा, जल, डॉल्बीचा ध्वनी व भू- प्रदूषणाचे प्रमाण वाढत आहे. यामुळे नागरी वसाहतीतील लोकांना श्वसनाचे विकार, मज्जासंस्थेत बिघाड, निद्रानाश, साथीचे आजार, बहिरेपणा, चिडचिडेपणा इत्यादी शारीरिक व मानसिक आरोग्य बिघडत आहे. तसेच ऐतिहासिक वास्तूंवर हवेच्या प्रदूषणाचा परिणाम होत आहे.

उदा,. भारतातील ताजमहालावर मथुरा येथील तेलशुद्धीकरण कारखान्यामुळे धोका निर्माण झाला आहे.

**(7) वाहतुकीची समस्या :** नागरी वसाहतीत वाहतुकीची समस्या दिवसेंदिवस फारच बिकट होत चालली आहे. जगातील व नागरी वसाहतीतील वाढत्या लोकसंख्येमुळे वाहतूक-दळणवळणाच्या सुविधाही वाढल्या. मात्र नियोजनाच्या अभावामुळे वाहतुकीची कोंडी निर्माण होते. त्यामुळे लोकांचा वेळेचा अपव्यय होतो, इंधन वाया जाते तसेच वाहतूक अपघाताचे प्रमाणही वाढत आहे. अनेकदा शहरातील वाहतूक व दळणवळण व्यवस्था बंद पडते.

**(8) अपुरा पाणीपुरवठा :** नागरी वसाहतीमध्ये वाढत्या लोकसंख्येमुळे शहरातील पाणीपुरवठा अपुरा पडत आहे. पाण्याचा तुटवडा शहरात सर्वत्र निर्माण होत असला तरी उपनगरामध्ये पाण्याची समस्या अधिक गंभीर असते. त्यामुळे पाणी अशुद्ध, अनियमित, अपुऱ्या दाबाने उपलब्ध होत असल्याने बऱ्याच वेळा संघर्षही निर्माण होत आहेत. बऱ्याच वेळा पाणी कमी पडून शहरातील लोकांना वाढीव दराने पाणी विकत घ्यावे लागत आहे. अशुद्ध पाणीपुरवठ्यामुळे लोकांचे आरोग्य बिघडत आहे.

**(9) बेकारी :** ग्रामीण भागातून शहरी भागात स्थलांतरित झाल्याने शहरात लोकसंख्येचे प्रमाण वाढत आहे. लोकसंख्या व रोजगार यांचे प्रमाण व्यस्त बनत चालले आहे. त्यामुळे अनेक लोकांना काम करण्याची इच्छा असूनसुद्धा रोजगार मिळत नाही. पर्यायाने लोकांना बेकार राहावे लागत आहे. शहरातील या बेकारीमुळे चोरी, व्यसनाधीनता, गुन्हेगारी प्रवृत्ती, लूटमार, कुपोषण, अपहरण यांचे प्रमाण वाढत आहे.

**(10) नगराची वाढ व उपनगराची निर्मिती :** औद्योगिकीकरण, व्यापार, रोजगाराच्या संधी, शिक्षण, आरोग्याच्या सुविधा, मनोरंजन, इत्यादी सोई-सुविधांमुळे लोकसंख्येचे स्थलांतर होऊन नगराची वाढ होत जाते. त्या वेळी नगरात जागेची टंचाई निर्माण होते तसेच जागेच्या भरमसाट किमती वाढल्याने मुख्य नगराच्या सभोवताली उपनगराची निर्मिती होते. या उपनगरामध्ये आवश्यक सोई-सुविधांवर ताण पडतो व तेथे गलिच्छ वस्त्यांचे प्रमाण वाढते.

**(11) सामाजिक समस्या :** प्रत्येक समाजाला स्थैर्य, शांतता व सुव्यवस्थेची गरज असते. मात्र नागरी वसाहतीत अनेक धर्म, वंश, पंथ, भाषा, जाती यांची विषमता निर्माण होऊन अनेक सामाजिक समस्या निर्माण होतात. त्यात प्रामुख्याने दंगली, जाळपोळ, लुटालूट, हिंसा, व्यभिचार, व्यसनाधीनता इत्यादींचा समावेश होतो. त्यामुळे सामाजिक स्वास्थ्य बिघडते व याचा अप्रत्यक्ष परिणाम संस्कृतीवर होतो.

**(12) जीवन स्पर्धा व अशांतता :** नागरी वसाहतीतील वाढत्या लोकसंख्येमुळे मूलभूत गरजांवर ताण निर्माण होऊन त्या पूर्ण करण्यासाठी तीव्र स्पर्धा निर्माण होते. त्यातून संघर्ष, दंगली घडतात. बऱ्याच वेळा प्रत्यक्ष व अप्रत्यक्षरीत्या अवैध मार्गाचा स्वीकार केला जातो. त्यातून सांस्कृतिक मूल्ये ढासळू लागतात. उदा., भ्रष्टाचार, अनीती, काळाबाजार

यांचे प्रमाण मोठ्या प्रमाणात वाढते. यामुळे सामाजिक व राष्ट्रीय सलोखा नष्ट होऊन अशांतता निर्माण होते.

**(13) सांडपाणी व केरकचरा विसर्जनाची समस्या :** नागरी वसाहतीमध्ये सांडपाणी व केरकचरा विसर्जनाची समस्या दिवसेंदिवस बिकट होत चालली आहे. शहरात सांडपाणी वाहून जाण्यासाठी गटारे व नाले काढण्यात आलेले आहेत. परंतु शहराच्या उपनगरात याचा अभाव दिसून येतो. शिवाय ही नाले व गटारी उघडी असल्याने दुर्गंधी पसरते व त्यामुळे साथीचे आजार बळावतात. तसेच शहरातील लोक केरकचरा उघड्यावर टाकतात. तो कित्येक दिवस तेथेच पडून राहतो. त्यामुळे विशेषतः पावसाळ्यात तेथे घाणीचे साम्राज्य निर्माण होते.

**(14) शैक्षणिक समस्या :** शहरात प्राथमिक, माध्यमिक, उच्च माध्यमिक महाविद्यालये व विविध प्रकारच्या औद्योगिक प्रशिक्षणाच्या सोई उपलब्ध असतात. परंतु शहरातील वाढत्या लोकसंख्येमुळे या सोई अपुऱ्या पडतात. त्यामुळे शहरातील अनेक विद्यार्थी व पालकांना यांचा नाहक त्रास सहन करावा लागतो. शिवाय प्रवेशासाठी देणग्या व वशिला लावावा लागतो. यामुळे गरीब व झोपडपट्टीतील मुलांना शैक्षणिक सुविधा उपलब्ध होत नाहीत.

**(15) प्रशासकीय व नागरी सुविधांचा अभाव :** नागरी वसाहतीतील लोकसंख्या जसजशी वाढत जाते तसतसा शहराचा आकार व विस्तार वाढत जातो. यामुळे शहरात वीज, पाणीपुरवठा, सुरक्षा, शिक्षण, स्वास्थ्य, मनोरंजन, आरोग्य इत्यादी नागरी सोई-सुविधांवर ताण पडून त्या अपुऱ्या पडू लागतात व शहराचा आकार व विस्तार वाढल्याने तेथील प्रशासकीय यंत्रणेवर (नगरपालिका - महानगरपालिका, पोलीसयंत्रणा) ताण पडतो.

**(16) प्रादेशिक असमतोल :** नागरिकीकरणामुळे स्थलांतराचा ओघ नागरी भागाकडे वाढत असल्याने ग्रामीण भागापेक्षा शहरी भागाचा विकास जास्त होत असल्याने प्रादेशिक असमतोल निर्माण होतो. उदा., महाराष्ट्रातून मुंबईचा विकास झपाट्याने झाला. मात्र कोकण, मराठवाडा, विदर्भ येथे साधनसंपत्ती मोठ्या प्रमाणात असूनही विकास मात्र झालेला नाही.

**(17) इतर समस्या :** वरील प्रमुख समस्यांशिवाय नागरी वसाहतीत पार्किंग, क्रीडांगण, बाग-बगीचे, उद्याने, मनोरंजन केंद्रे (नाट्यगृहे, चित्रपटगृहे) वैद्यकीय सोईंचा अभाव, राष्ट्रीय एकात्मतेचा अभाव, बंधुत्व व नैतिकतेचा अभाव, आर्थिक विषमता, वेश्याव्यवसाय, भूकबळी, कुपोषण, बालकामगार, दारिद्र्य इत्यादी समस्याही आहेत.

नागरिकीकरणामुळे काही फायदे होत असले तरी निर्माण होणाऱ्या समस्या मात्र रौद्ररूप धारण करत आहेत.

## स्वाध्याय

### रिकाम्या जागी योग्य पर्याय लिहा.

1. ग्रामीण वसाहतीचा ............... हा मुख्य व्यवसाय आहे.
   (अ) शेती (ब) उद्योग
   (क) व्यापार (ड) वाहतूक
2. ज्या वसाहतीमध्ये घरे जवळ-जवळ व संख्येने जास्त असतात अशा वसाहतीस ............... वसाहती असे म्हणतात.
   (अ) विखुरलेली (ब) केंद्रित
   (क) विखंडित (ड) संयुक्त
3. रस्ते, रेल्वे व नद्यांच्या दोन्ही काठांवर ............... प्रकारच्या ग्रामीण वसाहती आढळतात.
   (अ) गोलाकार (ब) बाणाकार
   (क) रेषाकार (ड) त्रिकोणाकार
4. जेथे अनेक रस्ते व लोहमार्ग एकत्र येऊन मिळतात तेथे ............... प्रकारची वसाहत निर्माण होते.
   (अ) रेषाकार (ब) बाणाकार
   (क) गोलाकार (ड) केंद्रत्यागी
5. आफ्रिकेतील पशुपालन करणारी मसाई जमातीची वसाहत ............... प्रकारची आढळते.
   (अ) रेषाकार (ब) बाणाकार
   (क) गोलाकार (ड) केंद्रत्यागी
6. नागरी वसाहतीचा .................. हा प्रमुख व्यवसाय आहे.
   (अ) शेती (ब) पशुपालन
   (क) मासेमारी (ड) उद्योग
7. केंब्रिज हे .................. शहर आहे.
   (अ) प्रशासकीय (ब) खाणकाम
   (क) शैक्षणिक (ड) मासेमारी
8. ............... हे शैक्षणिक केंद्र आहे.
   (अ) ऑक्सफर्ड (ब) मँचेस्टर
   (क) जमशेदपूर (ड) कोलंबो

9. ............... हे भारतातील ऐतिहासिक नागरी केंद्र आहे.
   (अ) डेहराडून (ब) मुंबई
   (क) नागपूर (ड) कुरुक्षेत्र
10 नागरिकीकरण ही ............... प्रक्रिया आहे.
   (अ) आकस्मिक (ब) संथ
   (क) मध्यम (ड) शीघ्र
11. झोपडपट्ट्या व प्रदूषण या ............... आहेत.
   (अ) नागरी समस्या (ब) नगर नियोजन
   (क) ग्रामीण-नागरी पट्टा (ड) ग्रामीण समस्या
12. वाढती लोकसंख्या व जागेची टंचाई यामुळे शहराचा विकास ............... दिशेने होतो.
   (अ) समांतर (ब) उभ्या
   (क) आडव्या (ड) विरूद्ध
13. ............... हे झोपडपट्ट्यांच्या वाढीचे कारण आहे.
   (अ) दारिद्र्य (ब) श्रीमंती
   (क) व्यापार (ड) वाहतूक

## खालील प्रश्नांची थोडक्यात उत्तरे लिहा.

1. ग्रामीण वसाहतीचे प्रकार सांगा.
2. ग्रामीण वसाहतीची कार्ये सांगा.
3. ग्रामीण वसाहतीची वैशिष्ट्ये सांगा.
4. नागरी वसाहतीची वैशिष्ट्ये सांगा.
5. नागरिकीकरणाची वैशिष्ट्ये सांगा.
6. नागरिकीकरण म्हणजे काय ?

## खालील प्रश्नांची सविस्तर उत्तरे लिहा.

1. ग्रामीण वसाहत म्हणजे काय ते सांगून ग्रामीण वसाहतीची प्रारूपे स्पष्ट करा.
2. नागरी वसाहत म्हणजे काय ते सांगून नागरी वसाहतीचे कार्यात्मक वर्गीकरण स्पष्ट करा.
3. नागरी वसाहतीच्या समस्या स्पष्ट करा.
4. नागरिकीकरण म्हणजे काय ते सांगून जागतिक नागरिकीकरणाचा कल स्पष्ट करा.

✲ ✲ ✲

# संदर्भ ग्रंथ


- **सु. प्र. दाते व इतर** : सुगम–भूविज्ञान, नरेंद्र प्रकाशन, पुणे, (1995)
- **श. बा. सावंत व इतर** : लोकसंख्या भूगोल, मेहता पब्लिशिंग हाउस, पुणे. (1992)
- **विठ्ठल घारपुरे** : सामाजिक व सांस्कृतिक भूगोल, पिंपळापुरे ॲण्ड कं. पब्लिशर्स, नागपूर, (1999)
- **विठ्ठल घारपुरे** : वस्ती भूगोल, पिंपळापुरे ॲण्ड कं. पब्लिशर्स, नागपूर, (1999)
- **विठ्ठल घारपुरे** : मानवी भूगोल, पिंपळापुरे ॲण्ड कं. पब्लिशर्स, नागपूर, (2000)
- **प्रवीण सप्तर्षी व उत्तमराव जगदाळे** : मानवी भूगोल, डायमंड पब्लिकेशन्स, पुणे, (2006)
- **के. ए. खतीब** : मानवी भूगोल, मेहता पब्लिशिंग हाउस, पुणे, (2006)
- **के. ए. खतीब** : वसाहती भूगोल, मेहता पब्लिशिंग हाउस, पुणे, (2007)
- **इंदिरा सिंह** : मानवी भूगोल, डिस्कव्हरी पब्लिशिंग हाउस, नई दिल्ली. (2007)
- **ए.बी. सवदी व पी.एस. कोळेकर** : भूगोलाची मूलतत्त्वे (खंड दुसरा), निराली प्रकाशन, पुणे. (2009)
- **के.ए. खतीब व इतर** : मानवी भूगोल, संजोग प्रकाशन, कोल्हापूर, (2014)
- **के.ए. खतीब व इतर** : लोकसंख्या भूगोल, संजोग प्रकाशन, कोल्हापूर, (2014)
- B.S. Negi : Human Geography, Kedar Nath Ram Nath, Meerat.
- R. Knowled and J. Wareing : Economic and Social Geography, Rupa and Co. New Delhi. (1993)
- R. B. Mandal : Introduction to Rural Settlements, Concept Publishing Co. New Delhi. (2001)
- R. C. Chandana : Geography of Population Kalyani Pub. Ludhiyana (1988)
- S. Singh : Geography, Tata Mcgraw - Hill Publishing Co. Ltd., New Delhi (2007)
- Majid Husain : Human Geography, Rawat Publication, Jaipur. (2011).


✲ ✲ ✲

# नमुना प्रश्नपत्रिका

**वेळ : 2 तास** **गुण : 40**

**प्रश्न 1 : खालील दिलेले योग्य पर्याय निवडून गाळलेल्या जागा भरा.** **(08)**

1. मानवी भूगोलाचे जनक ............... हे आहेत.

(अ) कार्ल रिटर (ब) अलेक्झांडर हुम्बोल्ट

(क) फ्रेडरिक रॅटझेल (ड) मिस. ऐलन सेंपल

2. आर्थिक भूगोल ही ............... भूगोलाची शाखा आहे.

(अ) प्राकृतिक (ब) मानवी

(क) राजकीय (ड) ऐतिहासिक

3. वंश ही ............... संकल्पना आहे.

(अ) जैविक (ब) भौगोलिक

(क) रासायनिक (ड) प्राकृतिक

4. त्रिपिटक हा पवित्र ग्रंथ ............... या धर्माचा आहे.

(अ) ख्रिश्चन (ब) बौद्ध

(क) इस्लाम (ड) शीख

5. जागतिक लोकसंख्या दिन ............... या दिवशी साजरा केला जातो.

(अ) 10 जुलै (ब) 11 जुलै

(क) 12 जुलै (ड) 13 जुलै

6. लोकसंख्येतील स्त्री-पुरुषाच्या प्रमाणाला ............... असे म्हणतात.

(अ) वयसंरचना (ब) लिंग-गुणोत्तर

(क) साक्षरता (ड) लोकसंख्येची घनता

7. ग्रामीण वसाहतीचा ............... हा मुख्य व्यवसाय आहे.

(अ) शेती (ब) उद्योग

(क) व्यापार (ड) वाहतूक

8. केंब्रिज हे ............... शहर आहे.

(अ) शैक्षणिक (ब) प्रशासकीय

(क) खाणकाम (ड) मासेमारी

**प्रश्न 2 : खालील प्रश्नांची थोडक्यात उत्तरे लिहा. (कोणतेही चार)** (12)

1. मानवी भूगोलाचे महत्त्व सांगा.
2. मानवी वंश म्हणजे काय ?
3. जगातील दाट लोकसंख्येचे प्रदेश सांगा.
4. अवलंबन भार म्हणजे काय ?
5. ग्रामीण वसाहतीची वैशिष्ट्ये सांगा.
6. नागरिकीकरण म्हणजे काय ?

**प्रश्न 3 : खालीलपैकी कोणत्याही एका प्रश्नाचे उत्तर लिहा.** (10)

1. मानवी भूगोल म्हणजे काय ते सांगून स्वरूप व व्याप्ती स्पष्ट करा.

**किंवा**

2. जागतिक लोकसंख्येच्या वितरणावर परिणाम करणारे घटक स्पष्ट करा.

**प्रश्न 4 : खालील प्रश्नाचे सविस्तर उत्तर लिहा.** (10)

1. नागरी वसाहतीच्या समस्या स्पष्ट करा.

✲ ✲ ✲